హైందవ పుణ్య స్త్రీలు

స్త్రీ వ్యక్తిత్వాన్ని ఆవిష్కరించే అపూర్వ గ్రంథం

కొత్తపల్లి జానకి

Hyndava PunyaStreelu

Author: Kothapalli Janaki

ISBN (Paperback): 978-81-962291-2-2

ISBN (E-Book): 978-81-962291-5-3

Print On Demand

Copy Right: Kasturi Vijayam

Ph:0091-9515054998

Email: Kasturivijayam@gmail.com

Book Available

@

Amazon, flipkart, Google Play, ebooks, Rakuten and KOBO

ముందుమాట

సాయి కరుణతో నేను వ్రాయడం మొదలు పెట్టాను. ఆ భగవానుని దయ నా అభివృద్ధికి తోడ్పడుతుందని నా నమ్మకం. ముందు వ్రాసిన మాట తూర్పున సూర్యుడు ఉదయిస్తున్నాడు. ఆ మాటతో కథ ప్రారంభం చేయాలనిపించింది. ఎందుకంటే...

అసలు మనిషికి, తూర్పుకీ చాలా అవినాభావ సంబంధం ఉంది. మనిషి లేచింది మొదలుగా తూర్పు అనే పదం అవసరంగా కనిపిస్తోంది. ఒక మంచి పని చేయాలన్నా, తూర్పుకి తిరిగి చేయమంటారు. ఒక మంచి మాట వ్రాయాలన్నా తూర్పుకి తిరిగి మొదలు పెట్టమంటారు. ప్రతీ శుభకార్యానికి తూర్పు తిరిగి చేయమంటారు మన పెద్దలు, పండితులు.

తూర్పుకి తిరిగి చేసిన పనికి మంచి ఫలితం ఉంటుందని మన ప్రాంతాల వారి నమ్మకం. ఇలా మన దినచర్యకు, తూర్పుకు చాలా పటిష్టమైన అవినాభావ సంబంధం ఉంది. సూర్యుడు తూర్పున ఉదయిస్తాడు. అది వేరే చెప్పనక్కరలేదు. కానీ... సూర్యుడు ఉదయించాడంటే కాలగర్భంలో ఒక రోజు కలసిపోయిందనే, మరలి రాదనీ ఇంకో రోజు మొదలయ్యిందనీ, చేయాలనుకున్న మంచి పనులు చేయకుండా బద్ధకిస్తే పొద్దు వెళ్ళిపోతుందని చీకటి పడిపోతుందని చెప్పేదే దినకరుని రాక. సూర్యుని వెలుగు భూమి మీదకు రాగానే పుడమి పులకరిస్తుంది. కమలం కదలి ఆడుతుంది. ఉషోదయ కిరణాల వెలుగుకు ప్రతీ జీవికి నూతన ఉత్సాహం కలుగుతుంది.

ఇక కథా విషయానికి వస్తే, ఇప్పటి దాకా రాసిన మూడు కథల్లోనూ స్త్రీ ఎలా బలైపోతోందో అనేక కారణాలతో వ్రాసాను. కానీ హైందవ స్త్రీలు కూడా అనేక కారణాల వల్ల తమ జీవితాలను త్యాగం చేయడం అనేది జరిగింది. భర్త పొందిన వరాల కారణంగాను, మన్మధ బాణాల వల్లనూ, మునుల శాపాల కారణంగాను, పరువు ప్రతిష్టల కారణంగానూ, భర్త అంధత్వము కారణంగానూ ఇలా కష్టాలు అనుభవించిన పుణ్య మూర్తుల చరిత్రయే హైందవ పుణ్య మూర్తులు.

– రచయిత్రి

శ్రీ సూర్యనారాయణస్వామి వారి దేవస్థానం

అరసవిల్లి - శ్రీకాకుళం జిల్లా. ఫోన్ 22242

హర్షవల్లి పురీవాసం శ్రీ ఛాయోషా పద్మినీయతః
సూర్యనారాయణో దేవోవధ్యాన్నో మంగళం సదా

ఆంధ్రప్రదేశ్ నందు శ్రీకాకుళం పట్టణమున అరసవల్లి క్షేత్రమందు శ్రీ ఉషాఛాయ పద్మినీ సమేత శ్రీ సూర్యనారాయణ స్వామి వారిని దేవరాజగు ఇంద్రుడు లోక కళ్యాణార్ధము ప్రతిష్ఠించెననెడి పురాణగాథ మనకు తెలియనదికాదు.

"ఆదిత్య హృదయం పుణ్యం సర్వశత్రు వినాశనం" అని రామాయణం నందు రచించుట లోక విదితమే. అంతటి మహిమాన్విత ప్రత్యక్ష దైవము గ్రహరాజ త్రిమూర్తి స్వరూపుడైన శ్రీ సూర్యనారాయణ స్వామి వారు దక్షిణ భారతమున కళింగ దేశమునందు అరసవల్లీ క్షేత్రమున వెలయుట మన భాగ్యం. ఈ దేవాలయ మందు గల శిలాఫలకముల ద్వారా తెలియవచ్చినదేమనగా ఈ దేవాలయను 7వ శతాబ్దమందు కళింగ రాజ్యాధిపతి అయిన దేవేంద్ర వర్మచే నిర్మాణం జరిగినట్లుగా తెలియుచున్నది. ఈ దేవాలయమునకు గల 5 ద్వారముల నుండి ప్రతి సంవత్సరమందు రెండు ఆయనములలో మార్చి 9వ తేదీ నుండి 12 వరకు ప్రాతః కాల సూర్యకాంతి నేరుగా శ్రీస్వామి వారి పాదపద్మములపై పడుట చాలా చెప్పుకోదగ్గ విషయము. శ్రీ వరుదు బాల్జీరావు గారు స్వామివారి ప్రధాన దేవాలయము. కళింగ శిల్ప శైలిలో వారి ధన సహాయంతో నూతనముగా నిర్మించిరి. అనివెట్టి మండపము, సి.జి. ఎఫ్. నిధులు మరియు జి.ఎం.ఆర్. (రాజాం) వారి ఆర్ధిక సహాయముతో నిర్మాణము చేయడమైనది. ఈ ఆలయంలో స్మార్త ఆగమము ప్రకారము నిత్యము త్రికాల మందు స్వామి వారికి పంచాయతన పద్ధతిలో అర్చనలు జరుగుచున్నవి. ఈ క్షేత్రము శ్రీకాకుళం రోడ్డు, రైల్వేస్టేషనుకు (ఆముదాలవలస) 17 కి.మీ. దూరంలో ఉన్నది. విశాఖపట్నం నుండి మరియు ఇతర ప్రాంతముల నుండి బస్ సౌకర్యం కలదు. శ్రీకాకుళ పట్టణమునకు 3 కి.మీ. దూరంలో ఈ క్షేత్రము కలదు.

సూర్యుని ద్వాదశ నామములు

ప్రతిరోజు ఉదయకాలములో సూర్యుని ఎదురుగా నిలబడి సూర్యుని ద్వాదశ నామాలను చదవడం మంచిది.

1. ఓం మిత్రాయ నమః **2.** ఓం రవయే నమః **3.** ఓం సూర్యాయనమః **4.** ఓం బాణవే నమః **5.** ఓం ఖగాయ నమః **6.** ఓం పుషే నమః **7.** ఓం హిరణ్యగర్భాయనమః **8.** ఓం మరీచయే నమః **9.** ఓం ఆదిత్యాయ నమః **10.** ఓం సవిత్రే నమః **11.** ఓం అర్కాయ నమః **12.** ఓం భాస్కరాయే నమః

హైందవ స్త్రీలు

తులసీ ప్రార్థన

యన్మూలే సర్వతీర్థాని యన్మధ్యే సర్వదేవతా
యదగ్రే సర్వవేదాశ్చ తులసీత్వాం నమామ్యహమ్
నమస్తులసీ! కళ్యాణీ! నమో విష్ణుప్రియే! శుభే!
నమో మోక్షప్రదే! దేవీ! నమః సంపత్ప్రదాయినీ

తులసి

తూర్పున సూర్యుడు ఉదయిస్తున్నాడు. ఆ బాలభానుని లేత కిరణాల కాంతికి, ఆ ఆశ్రమం ముందు భాగాన తివాసీ పరిచినట్లు వున్న గరికమీద మంచు (నీటి) బిందువులు, ముత్యాల్లా మెరుస్తున్నాయి. చిలకలు కుకుక్కు అంటూ జామిపండ్లు తింటున్నాయి. గూళ్ళ నుంచి పిట్టలు కలకల రవములుచేస్తూ ఎగురు తున్నాయి.

శంఖచూడుడు, ఆశ్రమం దగ్గరకు వచ్చి చూస్తున్నాడు. గుబురు గుబురుగా పెరిగి, విరబూసిన పూలచెట్లు ఆ ప్రక్కన పెద్ద సంపంగిచెట్టు విరబూసి, పరిమళాలను వెదజల్లుతోంది. గాలికి జాలువారిన ఆ పూలు భూమిని పూజిస్తున్నట్లు భూమిమీద పడుతున్నాయి. ఆ సంపంగి చెట్టు కొమ్మల మీదకు ప్రాకిన ఆ రాధామాధవి పూతీగలు మళ్ళీ నేలమీదకు వస్తున్నాయి. విరబూసిన పూల గుత్తులతో అందమైన పెద్దమాలలాగ కనిపిస్తున్నాయి. శోభాయమానంగా వున్న ఆ పూలతోటలో అందమైన రంగవల్లులతో అందంగా కనిపిస్తున్న ఆ ఆశ్రమమునందు నుంచొని చూస్తున్నాడు. ఎవరో ఆ పూపొద దగ్గర వంగుని పూల గుత్తులు కోస్తున్నారు. ఆ పూల చెట్టుకు అటు ప్రక్కన ఎవరో తన రాకను గమనించి, చిన్నగా ఆమెతో చెబుతున్నారు. ఆ చెప్పిన మాటలు విన్న ఆ యువతి విడివడిన తన శిరోజాలను ఎడమచేత్తో ముఖమునకడ్డు తీసుకుంటూ ఆ వ్యక్తిని ఎవరా అని చూసింది.

తనను చాలా సేపటి నుంచి చూస్తున్నట్లు గమనించి సిగ్గుతో తలదించుకుని పూల సజ్జపట్టుకుని హంసలా నడుస్తూ అటువెడుతోంది.

ఆ అపురూప లావణ్యమూర్తిని మంత్రముగ్దుడులా చూస్తూ నిలుచున్నాడు. గులాబీ రంగు చీర ధరించి తలస్నానం చేసి, ఆరబోసుకున్న కురులు గాలికి అందంగా కదులుతుంటే పద్మం లాంటి మోముగల ఆ అందాలరాశి రాధామాధవి తీగపట్టుకొని అటువైపునకు నడిచింది. అటునుంచి ఎవరో చిన్నగా మాట్లాడుతున్నారు. చిన్నపిల్లాడి గొంతుక వినిపిస్తోంది. ఆ ఇద్దరూ కలసి అలా వెళ్ళిపోయారు.

ఆమె వెళ్లిన వైపే వెళ్లాలని మనసు ఉరకలు వేస్తోంది. కాళ్ళు కదలి రెండడుగులు వేశాయి. కానీ మనసుని అదుపులో వుంచుకుని ఆగి చూస్తున్నాడు.

లోపల నుంచి ఒక వ్యక్తి వచ్చి పరిశీలనగా చూస్తూ దగ్గరకొచ్చి తమరు ఎవరు? ఏ పనిమీద వచ్చారు? అని అడిగాడు.

"నేను శంఖచూడుడను. ధర్మధ్వజుల వారి కోసమని వచ్చాను" అన్నాడు. "అలాగే లోపలకి రండి" అని నడుస్తున్న ఆ వ్యక్తిని అనుసరించి వెళ్ళాడు. ఆ వీధి వాకిలిలో వున్న ఆసనం చూపించి ఆశీనులు కండి అన్నాడు వినయంగా.

ఒక చిన్నపిల్లవాడు బయటకి వచ్చి తనను చూడడానికి సిగ్గుపడి కొంచెం తల వారగా పెట్టి ఒక్క కన్నుతో చూస్తున్నాడు. ఒక చేత్తో గుమ్మం పట్టుకుని నుంచున్నాడు. ఆ బాలుని చూసి చిన్న నవ్వు నవ్వుకున్నాడు. ఆ పిల్లవాడు కూడా ఒక్కసారి చూసి నవ్వుకుని వెళ్ళిపోయాడు.

నిమిషాలు గడుస్తున్నాయి. మనసులో భయంతోస్తోంది. ఆ సుందరీమణి తులసేనా? కాదా? ఎవరై ఉంటుంది? తొలిచూపుతోనే తననాకర్షించిన ఈమె ఎవరై వుంటుంది? తులసేనా? ఏమో? ఎవరో?

ముందు కనిపించిన వ్యక్తి వచ్చి ధర్మధ్వజులు వారు వస్తున్నారు అని చెప్పాడు. శంఖచూడుడు కంగారు చెందుతున్నాడు. ఇప్పుడు ఈయనతో ఎలా మాట్లాడాలి? అన్న ఆలోచనతో తొట్రుపాటు పడుతున్నాడు శంఖచూడుడు.

ధర్మధ్వజుని పరిశీలనగా చూస్తూ! అప్రయత్నంగా నుంచొని చేతులు జోడించాడు.

"దీర్ఘాయుష్మాన్ భవ! అని కుడిచేత్తో దీవించి, ఆసీనులు కండి" అన్నారు, ఇంకొక ఆసనం మీద కూర్చుంటూ.

" ఈ బదరికాశ్రమంలో వున్న నా కుటీరానికి తమరు విచ్చేసిన కారణం తెలుసుకోవచ్చా" అన్నాడు ధర్మధ్వజుడు.

"దంబుని కుమారుడను, నన్ను శంఖుచూడుడు అంటారు. జైగీషవ్యుల వారి వద్ద ఉపదేశం పొందినవాడనై బ్రహ్మదేవునికై తపస్సు చేశాను. ఆ సృష్టికర్త కరుణించి కోరిన వరముల నొసగి, మీ

ఆశ్రమానికి వచ్చి మిమ్మల్ని కలుసుకోమని శెలవిచ్చారు. బ్రహ్మదేవుల ఆజ్ఞానుసారం ఇచ్చటకు వచ్చాను" అన్నాడు.

"బ్రహ్మదేవులు నన్ను కలుసుకోమన్నారా?"

"అవును మిమ్మల్నే కలుసు కోమన్నారు"

ధర్మధ్వజుడు ఆలోచనగా, చెట్లవైపు చూస్తున్నాడు. శంఖచూడుడు తల దించుకుని నేల చూస్తున్నాడు.

"తమరు బ్రహ్మదేవులు శెలవిచ్చిన విషయం పూర్తిగా తెలుపవలయును" అన్నాడు ధర్మధ్వజుడు. "తమ కుమార్తె తులసిని వివాహమాడమని నన్ను ఆజ్ఞాపించారు. ఆయన ఆజ్ఞానుసారము మీ దగ్గరకు వచ్చాను" అన్నాడు శంఖచూడుడు.

అప్రయత్నంగా లేచి నిలబడ్డాడు ధర్మధ్వజుడు.

"నా కుమార్తెనా?" అన్నాడు.

"అవును, మీ కుమార్తెనే" అని లేచి నిలబడ్డాడు శంఖచూడుడు.

"మీరు ఆశీనులు కండి" అని లోపలకి వెళ్ళాడు ధర్మధ్వజుడు.

శంఖచూడుడుకి, కంగారు, భయం ఎక్కువయ్యాయి. ఒకటి తను చూసిన సుందరీమణి తులసేనా? కాదా? తులసే అయినప్పటికీ తనతో పెళ్ళి జరుగుతుందా? లేదా? కొంతసేపు నిరీక్షణ! ఇక ఆగలేక లేచి అటూ ఇటూ తిరుగుచున్నాడు.

"ఇద్దరు పెద్దముత్తైదువలు వచ్చి మీ తల్లి తండ్రులు వస్తారా? నాయనా" అని అడిగారు.

వారికి వినయంగా నమస్కరించి మా తల్లితండ్రుల ఆజ్ఞానుసారమే వచ్చాను అన్నాడు.

"అలాగా! ఆశ్రమం చూదురురండి" అని లోపలకు నడుస్తున్న వారిని చూసి వారి మాటలో కొంత అంగీకారం వున్నదని కొంచెం శాంతి చెంది యోచనగా చూస్తున్నాడు శంఖుచూడుడు. ధర్మధ్వజుడు దయచేయండి అన్నారు ఆహ్వానంగా.

లోపల పూమాలలు కడుతున్న తులసిని చూపించి 'నా కుమార్తె తులసి' అన్నారు.

తనను చూసి సిగ్గుపడి వన మయూరిలా నడిచి పూపొదచాటుకు వెళ్ళిపోయిన సుందరి తులసేనా? తపఫల సుందరి ఈమేనా? ఆపాదమస్తకమూ ఒక్కసారి పులకించగా, కళ్ళు మూసుకుని ఊపిరి బరువుగా తీసుకున్నాడు. శరీరంలో ఏదో అలజడి, మనసు గాలిలో తేలిపోతోంది. చిరునవ్వు మోముతో అరవాల్పు కళ్ళతో ఆమె వంక చూశాడు.

వదులుగా అల్లుకొన్న జడలో కనకాంబరాల మాల ఎంతో ఆకర్షణీయంగా ఉంది.

"తులసీ! ఈయన శంఖుచూడుడు. బ్రహ్మదేవుల ఆజ్ఞానుసారం నిన్ను వివాహమాడదలచి ఇక్కడకి వచ్చారు. ఒక్కసారి చూడు" అంది ఆ పెద్దామె. తులసి అక్కడ నుంచి లోపలకు వెళ్ళిపోయింది.

"అలా వెళ్ళిపోకూడదు, ఆయన నిన్ను చూస్తారు. నీకు ఇష్టమయితే వచ్చి ఇక్కడ నుంచో" అంది ఆ పెద్దముత్తైదువ. అందరూ అటు చూస్తున్నారు.

ఇంకొక పెద్ద ముత్తైదువ తులసిని చెయ్యిపట్టుకుని తీసుకువచ్చి శంఖచూడుడి దగ్గర నిలబెట్టింది. చిన్న బాలుడు శంఖచూడుడిని చూస్తూ తులసి దగ్గర నిలబెడ్డాడు. హమ్మయ్య! మా తులసికీ మీరంటే ఇష్టమే. మీ అంగీకారాన్ని మరొక్కసారి తెలపండన్నారు అక్కడి పెద్దవాళ్ళు.

"నేను తులసిని పెళ్ళిచేసుకుని తీసుకుని వెడతాను. అంతవరకూ ఈ ఆశ్రమంలోనే వుంటాను"

ఆ మాటకు ధర్మధ్వజుడు ఆనందించాడు. అలాగే తమరు పెళ్ళి జరిగేదాకా ఈ ఆశ్రమంలోనే ఉండవచ్చు అన్నారు తులసి తల్లితండ్రులు.

ఓ శుభముహూర్తాన శంఖచూడుడితో తులసికి గాంధర్వ వివాహం ఆనందంగా జరిగిపోయింది. శంఖచూడుడు తులసిని తీసుకుని తన పురమునకు వెళ్ళడానికి సిద్ధమౌతున్నాడు. తులసి తల్లి తులసితో సంసార జీవితంలో నిర్విర్తింపవలసిన ధర్మాచరణములు ఏనాడు తప్పరాదని, ఆ ధర్మాలు తప్పి ప్రవర్తించిన యెడల ఇటు తరాల వాళ్ళు, అటు తరాల వాళ్ళు సద్గతులు పొందలేరని, సద్గుతులలో వున్నవారు ఆ స్థితి నుంచి జారిపోవలసి వస్తుందని, స్త్రీ యొక్క ఔన్నత్యంతోటే ఆ కుటుంబానికీ, తల్లితండ్రులకు కూడా మంచిపేరు వస్తుందని, స్త్రీ చేసే సత్కార్యాలు, దాన ధర్మాలు, పెద్దవారికి సేవలు చేస్తూ జీవిస్తూ ముందు తరాల వారికి ఆదర్శంగా వుండాలి. స్త్రీ యొక్క ఓర్పు, నేర్పుతోటే సంసారంలో వచ్చే కష్టాలకు క్రుంగిపోకుండా, సుఖాలకు పొంగిపోకుండా దైవానిదే భారంగా, ధైర్యంగా సాగిపోవాలి సుమా, అంటూ చాలా జాగ్రత్తగా మసలుకోవాలని తులసితో చెప్పసాగింది.

దంబుని భార్య, దంబుడు పూజా మందిరంలో నిలబడి విష్ణువును పూజించి ప్రార్థించుకుంటున్నారు.

పుష్కర క్షేత్రంలో తమని గూర్చి మేము చేసిన తపస్సుకు కరుణించి నువ్వు ఇచ్చిన వరప్రభావంతో మాకు జన్మించి, విద్యాబుద్ధులు నేర్చి, సలక్షణాలతో పెరిగి విష్ణు భక్తితో పెరగడమే కాక తన తపశ్శక్తితో బ్రహ్మదేవులను మెప్పించి వరాలను పొందడమేకాక, విష్ణుకవచాన్ని పొంది, తనకు తగు భార్యను కూడా పరమేష్టితోనే తెలుసుకుని ఆ గుణ సంపన్నురాలిని తీసుకుని వస్తున్నాడు. తండ్రీ! శ్రీహరీ! నాబిడ్డనీ, కోడల్ని చల్లగా చూడు తండ్రీ! అని మనసారా ప్రార్థించుకొంటున్నారు.

శంఖచూడుడు వారు వేంచేసారు అన్న పరిచారిక మాటవిని వచ్చి, దిష్టితీయించి కోడల్ని, కొడుకుని ఆలింగనం చేసుకుని లోపలికి తీసుకువచ్చారు ఆ దంపతులు. దేవుని మందిరంలోనికి వెళ్ళి ఇద్దరూ ఆ విష్ణువుకు నమస్కరించుకోండి, అని తులసి చెయ్యపట్టుకుని తీసుకువెళ్ళింది దంబుని భార్య.

ఆ అందాలరాశిని ఆ ముగ్ధమనోహర రూపలావణ్యవతిని, తులసిని ఆనందంతో చూస్తున్నారు అత్తమామలు. 'ఓ పరమేష్టి! మీకు ధన్యవాదాలు, మీరు దయతో ఇచ్చిన తపఫలంగా ఈ అందాలరాశి తులసి నా కోడలుగా వచ్చింది. ఈ దంపతులను కలకాలం చల్లగా చూడు ప్రభూ!" అని వేడుకుంది దంబుని భార్య. భక్తితో ఆ తల్లితండ్రులకు నూతన వధూవరులు పాదాభివందనం చేసారు.

లక్ష్మీనారాయణులుగా వున్న ఆ జంటను చూసి అందరూ ఆనందిస్తున్నారు.

వనాశ్రమ ధర్మాలను, గుర్తెరిగి గాంధర్వ వివాహం చేసుకున్న శంఖచూడునకు తులసికీ ఒక మంచి ముహూర్తంలో శోభన వేడుకలను వైభవోపేతంగా జరిపించారు దంబుడు, అతని భార్య.

శంఖచూడుడు తన తపఫలంగా భావించి తులసిని ఒక్క క్షణం కూడా విడిచి వుండలేక సుఖభోగాలతో తేలిపోతూ కాలం గడిపేస్తున్నాడు.

'కన్నవారికి బిడ్డల ఆనందం కన్నా మించిన ఆనందం ఏముంటుంది?' కోడలి రూప లావణ్యాలేకాక, ఆదరాభిమానాలు, మంచి మర్యాదలు, పెద్దలపట్ల గౌరవ అభిమానాలు కల తులసిని చూసి ఆ దంబుడు, అతని భార్య ఆనందంతో పరవశించిపోతున్నారు.

★★★

శుక్రాచార్యులవారి రాక చూసి దంబుని భార్యకు భయము తోచింది. దంబుడు వెళ్ళి ఆ గురుపూజ్యునకు పాదాభివందనాలు చేసి వారి పాదాలు కడిగి ఆశీనులను చేసాడు.

తమ రాకతో నా గృహం పావనమైంది, నా జన్మ ధన్యమయ్యింది. ఈ పానీయమును స్వీకరించండి అని అందించింది ఆయనకు. వింజామర వీచుచున్నాడు. శంఖచూడుడుని తులసినీ తీసుకుని దంబుని భార్య శుక్రాచార్యులకు నమస్కరించింది. 'నా కుమారుణ్ణి, కోడలిని ఆశీర్వదించండి' అని దంబుడు అనగానే తులసి, శంఖచూడుడు ఆ గురువర్యులకు పాదాభివందనం చేసారు. ఆ నలుగురునీ ఆయన అశీర్వదించారు.

అక్కడుంచిన ఫలములను స్వీకరించకుండా ఆలోచనగా ఉండి కళ్ళు మూసుకున్నాడు. దంబుడు అయన దగ్గర వుండి ఆయనను చూస్తూ తమరి మౌనానికి కారణమేమిటో శెలవియ్యమన్నాడు.

"ధను, కశ్యప దంపతులకు పౌత్రుడు అయిన దంబుడు పుష్కర క్షేత్రంలో ఎన్నో సంవత్సరాలు కృష్ణమంత్రం జపిస్తూ తపస్సు చేశాడు. తపస్సుకు మెచ్చిన కమలాక్షుడు ఏమి వరం

కావాలో కోరుకో అనగానే ఏం కోరుకున్నాడు? మహా పరాక్రమశాలి, దేవతలందరినీ జయించగలవాడు, నీ భక్తుడు అయిన కుమారుణ్ని ప్రసాదించు అని కోరుకున్నాడు. అనుగ్రహించాను అని అంతర్ధానమయ్యాడు అనంతుడు.

అన్నీ మరచి సంసార భవబంధాలలో మునిగి తేలుతున్నాడు" అంటుండగా "అవి ఏవీ మరిచిపోలేదు గురువర్యా! ఏమీ మరిచిపోలేదు! తమరు శెలవిచ్చినట్లు సంసార భవబంధంలో పుత్రవాత్సల్యంతో వున్నట్లే చెప్పొచ్చు గురువర్యా" అన్నాడు.

శుక్రాచార్యులు లేచి నుంచుని 'దంబా! నువ్వు విష్ణువుని నీ భక్తుడైనవాడు, దేవతలందరినీ జయించగలవాడు అయిన కొడుకు కావాలని కోరుకున్నావు. అలాగే నీ కుమారుడు శంఖచూడుడు జైగేషవ్యుడు వద్ద ఉపదేశం పొంది బ్రహ్మదేవుని కొరకు తపస్సుచేసి దేవతలెవ్వరూ తనను జయించకుండా వరం పొందాడు. అంతేకాక బ్రహ్మదేవుడు తనకు తానుగా విష్ణుకవచం ప్రసాదించి విష్ణుమంత్రం ఉపదేశించాడు. అంతేకాక వివాహమాడవలసిన కన్యను కూడా తానే చూపించాడు. అన్నీ జరిగిపోయాయి కదా?

దేవతలెవరూ తనను జయించలేనట్లు వరం పొందిన శంఖచూడుడు, అలాంటి పుత్రుని ప్రసాదించమన్న దంబుడూ యిలా వుండి పోతే వర ప్రయోజనము ఏముంది. అని నీకూ, నీ కుమారునికీ విశదీకరించడానికి వచ్చాను" అనుచుండగా శంఖచూడుడు, 'కర్తవ్యబోధ చేసిన పూజ్య గురువర్యులకు మరొక్కసారి పాదాభివందనములు' అంటూ ఆయన పాదాల దగ్గర సాష్టాంగ ప్రమాణం చేశాడు. 'ధీర్ఘాయుష్మాన్ భవ' 'దిగ్విజయోస్తు' అని దీవించిన గురువునకు దగ్గర నిలుచుని 'తమరి ఆదేశానుసారమే ఈ శంఖచూడుడు నడుచుకుంటాడు గురువర్యా' అన్నాడు. 'శభాష్; శంఖా శభాష్' అన్నాడు శుక్రాచార్యుడు. 'అతి తొందరలో తమ ఆశ్రమానికి వస్తాను, మీరేనాకు మార్గదర్శకులు కావాలి' అన్నాడు శంఖచూడుడు. 'తప్పకుండా రా! నీ కోసం నా ఆశ్రమద్వారం తీసివుంటుంది అని లేచి నుంచున్న శుక్రచార్యుని చూచి రెండుదినాలు మా ఇంట వుండండి అన్నాడు దంబుడు. లేదు దంబా! నేను వెళ్ళాలి అని బయలుదేరిన గురువును సాగనంపారు తండ్రీ కొడుకులు.

★★★

శంఖచూడుడు మునుల యజ్ఞాలు పాడుచేయడం మొదలుపెట్టాడు. దేవతలను చావగొట్టి వారి నారీమణులను ఎత్తుకుపోయి బంధించేవాడు. దేవమానవ లోకాలలో తన శాసనం తిరుగులేనిదిగా వీరఘోర విహారం చేయసాగాడు.

దేవతలందర్నీ బాధించసాగాడు. ఇంద్రాదిదేవతలందరూ అతనితో గెలవలేక అతని బారినుండి పారిపోసాగారు. బ్రహ్మ వర గర్వంతో శంఖచూడుడు అందర్నీ తరిమికొడుతుంటే వారు బ్రహ్మదేవుని వద్దకు వెళ్ళి తమ గోడు వినిపించుకున్నారు. బ్రహ్మదేవుడు వారిని విష్ణువు దగ్గరకు తీసుకుని వెళ్ళాడు. విష్ణువు వారిని వూరడించి శివుని దగ్గరకు తీసుకువెళ్లాడు.

బ్రహ్మదేవుని, విష్ణుదేవుని, దేవతలందరిని చూసిన శివుడు 'మీరందరూ వచ్చిన కారణమేమి' అని అడిగాడు.

'మహాదేవా! సదాశివా! మమ్మల్ని కరుణించండి. మమ్మల్ని రక్షించండి ప్రభూ! బ్రహ్మవర గర్వితుడైన శంఖచూడుడు మమ్మల్ని బాధిస్తున్నాడు. మాకు తలదాచుకొందుకు నీడలేకుండా చేశాడు. ప్రభూ! తమరే మమ్మల్ని కాపాడాలి. తమరే మమ్మల్ని రక్షించాలి' అని వేడుకున్నారు. రుద్రుడు వారిని ఓదార్చి 'భీతిచెందకుడు, వాని బాధ మీకు తొలగించెదను' అని ఓదార్చి పంపాడు.

శివుడు శూలపాణియై పుష్పభద్రాతీరాన వుండి గంధర్వ రాజగు చిత్రరథుణ్ణి, శంఖచూడుని దగ్గరకు దూతగా పంపాడు. అతడు దానవాధీశుని పట్టణానికి వెళ్ళి ద్వారపాలకునకు తనరాక చెప్పి లోనికి కబురు పంపాడు. లోనికి రమ్మన్నాడు శంఖచూడుడు.

చిత్రరథుడు లోనికి వెళ్ళి దానవనేతను చూసి దరిచేరి “దనుజపతీ! శివుడు పంపగా దూతగా వచ్చాను. ఆయన నీకు చెప్పమన్నమాట చెప్తాను విను. ఈ క్షణమే సురరాజ్యం ఇంద్రునకు ఇవ్వవలెను. లేదా చివ్వకు రావలెను!!” దూతవాక్యం విని శంఖచూడుడు నవ్వి “చేజేతులా వశపరచుకున్న అమర రాజ్యాధిపత్యం స్వయముగా అప్పచెప్పడమునకు నా మనసు ఒప్పదు. శంఖచూడుడు గాజులు తొడిగించుకున్న అర్ధనారి కాదు. రేపే చివ్వకు వస్తున్నాడు” అని చెప్పు అన్నాడు.

చిత్రరథుడు వెనుదిరిగిపోయి దనుజాధిపతి జవాబును శూలపాణికి చెప్పాడు.

అంబికాపతి ఆ క్షణమునందు స్మరించినంతనే వీరభద్రుడు, మొదలైన ప్రమధ గణం అక్కడికక్కడ ఆవిర్భవించి వివిధ శస్త్రాస్త్రాలు ధరించి వచ్చింది.

దూతను పంపి శంఖచూడుడు యుద్ధవార్త తులసికి చెప్పమన్నాడు. ఆ వెనుక తను అంతఃపురానికి బయలుదేరాడు.

దూతచెప్పిన యుద్ధవార్త వినగానే తులసి బెదిరి కనులు నీరు గ్రమ్మ అరచేత ఒత్తుకుని పతిని చూసి దీనంగా అన్నది.

“ప్రాణనాథా! శివుడు సామాన్యుడు కాదు. ఎంత శాంతుడో అంత రుద్రుడు. ఆ దేవుని భక్తితో ఆరాధించి బాణుడు మొదలైన దానవులు సుస్థిరమైన రాజ్య వైభవం పొంది హాయిగా ఉన్నారని నీకు తెలియనిది కాదు. శివుడు మృత్యుంజయుడు. యముని మదమణచి మునిబాలకుని రక్షించాడు. వేల్పుల విరోధులయిన త్రిపురాసురులను భస్మీకరించినవాడు. త్రినేత్రుడు. అతనితో యుద్ధమా? “ అన్నది.

శంఖచూడుడు ప్రియురాలిని చేరదీసుకుని, “వెర్రిదానా! కాలగతి, ఎంత విచిత్రమో, అంత అనివార్యము కూడా. దానిని ఎవ్వరూ ఆపలేరు. చెట్లు చిగుళ్ళతో, ఆకులతో, కొమ్మలతో, రెమ్మలతో,

పువ్వులతో, పళ్ళతో కనువిందుగా పెరిగి ఒక్క క్షణములో కార్చిచ్చుకో, పెనుగాలికో, గొడ్డలికో బలి అయిపోతాయి.

రాక్షసుడైన నాకు, సుకుమారివైన మానవకాంత అయిన నీకు దాంపత్యమెలాగు జరిగిందో అలాగే విడిపోయే కాలం వచ్చినప్పుడు విడిపోతుంది!" అంటుంటే "ప్రభూ! అలా అనొద్దు" అంటోంది శోకమూర్తిలా.

"ఈ బంధాలన్నీ ప్రవాహంలో కలసి వచ్చిన కట్టెల వంటివి. ఏదో ఒక క్షణంలో వీడిపోయేవే" అంటున్న భర్తతో "ఇలాంటి మాటలతో నన్ను ఇంక బాధపెట్టకండి" అంది శోకహృదయంతో తులసి. "వెర్రిదానా! అన్నీ తెలిసినదానవు బేలగా వుంటే ఎలా? ఆ దేవదేవుని స్మరించుకొని ధైర్యంగా ఉండు" అన్నాడు, ఆమె తల నిమురుతూ.

తెల్లవారగానే శంఖచూడుడు నిదురలేచి స్నానాధ్యానాదులు, కృష్ణమంత్ర జపం పూర్తిచేశాడు. విలువైన బట్టలు కట్టుకొన్నాడు. మణికనకాంభరణాలు యోగ్యులైన బ్రాహ్మణులకు చేతులారా దానమిచ్చాడు. పేదలకు ధనధాన్యాదులు, వస్తువాహనాలు ప్రీతితో ఇచ్చాడు. కొడుకును రాజును చేసి భార్యను వాని రక్షణలో వుంచి యుద్ధానికి బయలుదేరాడు. అతని వెంట మద గజాలు లక్ష, గుర్రాలు మూడు లక్షలు, రథాలు ఆరులక్షలు, భండన పండితులైన ఉద్దండ వీరభటులు వందలు వందలుగా నడుస్తున్నారు. శంఖచూడుడు పోయి పోయి పశ్చిమ సముద్ర తీరాన కాస్త దూరాన వున్న పుష్ప భద్రానదిని సమీపించాడు.

ఇరుపక్షాలు యుద్ధభూమిని చేరాయి. వీరావేశుడై వీరభద్ర భైరవ క్షేత్రపాలాదులు వెన్నంటి నిలువగా యుద్ధోత్సాహంతో జగన్మోహనంగా వున్న చంద్రచూడుణ్ణి చూడగానే శంఖచూడుడు రథం దిగాడు. సాంబుడికి సాష్టాంగదం ప్రణామాలాచరించాడు. అనంతరం రథారూఢుడైన ధనుష్టంకారంతో యుద్ధం మొదలుపెట్టాడు.

శివుడు, శంఖచూడుడు తలపడ్డారు. చిన్నగా మొదలైన యుద్ధం తేరిచూడరానంత భయంకరంగా పరిణమించింది. అతిలోక భయంకరమైన ఆరుద్ర, శంఖచూడుడు లిద్దరూ పోరాడుతూనే వున్నారు. చాలా సంవత్సరాలు పాటు యుద్ధం జరుగుతూనే ఉంది. 'ఇంకెన్నాళ్ళు ఈ యుద్ధం, ఇంకా ఎంతకాలం ఇలాయుద్ధం చేయడం' అనుకుంటున్నాడు శివుడు! అంతలోనే ఆకాశవాణి "రుద్రా! ఆ శంఖచూడుడు చేత కృష్ణకవచం వున్నంత వరకూ, అతని ఆలి శీలవతిగా ఉన్నంత వరకు అతనిని జరామృత్యువులు సోకలేవని జలజోద్భువుని వరం ఉంది. ముందర ఆ పని చూడు" అని గుర్తుచేసింది. వెంటనే శివుడు విష్ణువును తలచుకున్నాడు. ఆ విష్ణువు రాగానే ఆకాశవాణి చెప్పిన విషయాన్ని చెప్పి చెయ్యవలసిన కార్యక్రమాన్నిచెప్పాడు. విష్ణువు సరే అన్నాడు.

వృద్ధ విప్రుని వేషంలో శంఖచూడుణ్ణి సమీపించి కృష్ణకవచాన్ని దానం చెయ్యమని అడిగావు విష్ణువు. మహాదాత ఆ శంఖచూడుడు నిస్సంకోచంగా నిర్మలంగా ఆ కవచాన్ని మాయా

బ్రాహ్మణుడికి ధారపోశాడు. దాన్ని హస్తాన వుంచుకుని శంఖచూడుడి వేషం ధరించి నగరమందు ప్రవేశించి విషయసూచకముగా దుందుభి మ్రోగించాడు. ఆ ధ్వని విని అందరూ తమ ప్రభువు జయించి వచ్చాడని ఆనందించారు. అప్పుడే విజయోత్సహం చేసుకున్నారు. అంతఃపురంలో వున్న తులసి దుందుభి మ్రోత విని భర్త విజయుడై వేంచేశాడని భావించి మంగళ ద్రవ్యాలు పసిడి పళ్ళెములో ఉంచి మహదానంతో మేడ దిగివచ్చి ద్వారం వద్ద నిలుచుంది.

దరిచేరిన వ్యక్తి తన పతియే అనుకున్నది. పాదాలు కడిగి ఆ నీరు తలపై జల్లుకొని హారతి ఇచ్చి లోనికి తీసుకెళ్ళింది. ఆ తరువాత సుమంగళీలకు నూతన వస్త్రాలు, ఆభరణాలు ఇచ్చింది. యాచకులకు సంతృప్తికరంగా దానధర్మాలు చేసింది.

మణిమయ సువర్ణ ఆసనంపై కూర్చుని వున్న పతిని దరిచేరి వీవనతో వీస్తూ 'నాథా' విజయము పొంది సుఖముగా వచ్చావు. ధన్యురాలను అయినాను. అక్కడ యుద్ధం జరిగిన విధం చెబితే వినాలని వుంది' అని మెల్లగా అంది.

ఆ మాటకుపతి చిరునవ్వు నవ్వి 'యుద్ధవిశేషాలు చెప్పాలంటే చాలా చెప్పాలి. ఎంతని చెప్పను? అయినా విను' అని ఇలా చెప్పాడు.

"బ్రహ్మదేవులు వచ్చి యుద్ధం ఆపించి సురరాజ్యాధిపత్యం ఇంద్రునికి యివ్వాలని అన్నారు. అందరూ సంతోషించారు. అమరావతి ఇంద్రునికే ఇవ్వాలని అన్నారు. నేను బ్రహ్మగారికి ఎదురు చెప్పలేదు. బ్రహ్మదేవుల ఆజ్ఞకు కాకపోతే అమరావతి అంత తేలిగ్గా ఇంద్రునకు దక్కునా?

విజయం శంఖచూడుడిదే. తను గెలుచుకున్న అమరావతిని తిరిగి ఇంద్రునకు ఇచ్చేసినాడు అన్నారు బ్రహ్మగారు. అలా జరిగింది" అన్నాడు.

ఆ రాత్రి ఇద్దరూ ఏకశయ్యాగతులైనారు. అతనిచేత కృష్ణకవచం వుండడం వల్ల ఆ సాధ్వి అతనిని అనుమానించలేదు. విష్ణువు ఆమెతో రతిసలిపేడు. ఆమె ప్రాతివత్యం గంగలో కలిసిపోయింది.

మాయోపాయముచే ప్రాతివత్యాన్ని నేలపాలు చేయించిన ముక్కంటి కంటికి లీలాదృశ్యం కనిపించదా? గంగాధరుడు విజయోత్సాహంతో 'విజయ' అనే పేరుగల తన త్రిశూలాన్ని తీసి శంఖచూడుడుపై ప్రయోగించాడు. వంద మూరల వెడల్పు వెయ్యి ధనుస్సుల పొడవు వున్న ఆ విజయ అనే శూలం నిరాఘాటంగా వెళ్లి ఆ నిశాచరరాజుని తాకి దగ్ధంచేసింది. అనంతరం అంతరిక్షాన పయనించి శంకరుణ్ణి చేరింది. ఆకాశం నుండి పుష్పవర్షం కురిసింది. దేవతకోటి ఆనందించింది. అప్సరసలు ఆడారు. గంధర్వులు పాడారు. జయజయ నమోనమః నినాదాల నడుమ.

'ఇక్కడ జరగవలసింది జరిగింది'.

'జరగవలసిన కార్యక్రమం జరిగిపోయింది! ఇక వెళ్ళిపోవడమే మంచిది. అని తులసిని విడిచి పాన్పు దిగిన విష్ణువు ఏదో తత్తరపాటుతో అటూఇటూ చూసి ఆమెకేసి కూడా చూస్తున్నాడు.

అతని తత్తరపాటు చూపులు ఆమెకు అనుమానం కలిగించాయి. చెప్పలేని భయం కలుగుతుంది. మావిని మాలతీలత అల్లుకున్నట్లు భర్త ఆలింగనంలో నిదురించే తులసికి భర్త తనను వదలి, పాన్పు దిగడం ఎన్నడూ చూడలేదు. ఆ చూపులో ఏదో తత్తరపాటు కనిపిస్తోంది. ఇప్పటివరకూ తనతో కలిసివున్న ఈ పురుషుడు శంఖచూడుడుకాదా? నేను మోసపోయానా? ఇతడు నా మగడుకాదా? కాదు, కాదు గుండెలో ఏదో బాధ పెల్లుబికింది. కళ్ళు పెద్దవి చేసి ఆవేశంగా కుడిచేతి చూపుడువేలు అతనికి గురిపెట్టినట్టు చూపిస్తూ అరచినట్లుగా నువ్వెవరు? అంది. ఇప్పుడేం చేయాలి? తన భర్తచేతికున్న కృష్ణకవచం ఇతనికి ఎలా వచ్చింది? మాయచేసాడా?

నమ్మించి మోసం చేసాడా? అయితే తన మగడు ఎలా ఉన్నాడు? ఇతడెవరు? అని ఆలోచించి ఓ మాయావీ! నువ్వెవరు? అని ఆడ సింహంలా గర్జించింది.

విష్ణువు తన నిజరూపాన్ని చూపించాడు. ఆమె ఆవేశం తారాస్థాయికి చేరుకుంది. విష్ణూ! నీ మనసెంత కఠినమైపోయింది? నా భర్త నీ కత్యంత ప్రియ భక్తుడు కదా! ఆయన్నెందుకు ఇలా చేసావు? భక్త రక్షకుడవైన నువ్వే ఇలా ప్రవర్తించావంటే ఇంకేమని చెప్పాలి? నీది గుండె కాదు... నీది గుండెకాదు... బండరాయి అయివుండాలి.

'నన్ను మోసం చేశావ్, నా శీలాన్ని పాడుచేశావ్, నా ప్రాతివత్యాన్ని మంటకలిపేసావు. ఇందుకు ప్రతిఫలంగా! నువ్వు బండరాయివై పో! అని శపించింది. వేదనా భరితమైన కోపాగ్నితో ఆమె నేత్రాలు ఎర్రగామారాయి. ఆమెను చూడలేక కళ్ళుమూసుకున్నాడు. మహా ఇల్లాలి శాపం చెవుల్లో వినిపిస్తోంది. ఎంతటి వారైనా ఇల్లాలి శాపాన్నుంచి తప్పించుకోలేరు.

ఎవ్వరూ ఓదర్చలేనంత దు:ఖాన్ని పొందుతున్న ఆమెను చూశాడు. ఏమిచెయ్యడానికి తోచని హరి వెంటనే శివుని తలచుకున్నాడు. ప్రత్యక్షమయ్యాడు రుద్రుడు.

'తులసీ వూరడిల్లు, తులసీ వూరడిల్లు!' అంటున్న శివుణ్ణి చూసిన తులసి చేతులు జోడించి 'మహాదేవా! నా భర్త ఎలా వున్నాడో చెప్పండి. నా భర్త ఏ విష్ణువును నిరంతరం పూజిస్తాడో ఆ విష్ణువే నా భర్త రూపంలో వచ్చి నా ప్రాతివత్యాన్ని భంగపరిచాడు.

నా భర్త ప్రాణాలతో వున్నాడా? చెప్పండి? మహాదేవా' అంది. 'తులసీ! వూరడిల్లు' అన్నాడు.

'చెప్పండి! మహాదేవా ! నా భర్త ఎలా వున్నాడు' అని అడిగింది కంగారుగా

“నీ భర్త యుద్ధంలో వీరోచితంగా నాతో పోరాడి వీర మరణాన్ని పొందాడు” అని చెప్పేలోపే 'అయ్యో! భగవంతుడా! నా భర్త మరణించాడా! అయ్యో! ప్రాణేశ్వరా! నన్ను వదిలి వెళ్ళిపోయావా! నువ్వులేని బ్రతుకు నాకెందుకు? నేనింక జీవించలేను' అని రోదించింది. 'మహాదేవా! మీరు నన్ను కరుణించి, కొంచెం ముందు వచ్చి ఉంటే ఈ మాట విని మరణించేదాన్ని, ఈ భంగపాటు నేను భరించకుండా ఒక ఇల్లాలిగా మరణించేదాన్ని. ఈవిష్ణువు మాయచేసి నా భర్త నడిగి కృష్ణ కవచం తీసుకుని నన్ను నమ్మంచి నా ప్రాతివత్యాన్ని పాడుచేశాడు' అని ఆవేశంతో విష్ణువుకేసి చూస్తుంటే

"తులసీ! పూరడిల్లు. జరిగిన విషయం విను. ఏ స్త్రీకి జరగకూడని అవమానం నీకు జరిగింది. ఒక్క క్షణమాగు. శపించకు నువ్వు అనుకొంటున్నట్లు ఈ విష్ణువు నిన్ను పరాభవం చెయ్యాలనుకోలేదు.

ఆకాశవాణి ఆజ్ఞానుసారమే మేమిద్దరం ఈ అపచారం చెయ్యవలసి వచ్చింది" అన్నాడు శివుడు. 'ఏమిటా ఆజ్ఞ' అంది తులసి.

"ఏమిటా, విను! చాలా సంవత్సరాలు యుద్ధం జరిగిపోతున్నా ఏ మార్పు లేదు. ఇంకా ఎంతకాలం అని నేను యోచించుచున్న సమయంలో ఆకాశవాణి 'రుద్రా!' ఆ శంఖచూడుని చెంతలో కృష్ణకవచం వున్నంతవరకూ, అతని ఆలి శీలవతిగా ఉన్నంత వరకూ అతనిని జరామృత్యువులు సోకలేవని జలజోద్భవుడి వరం ఉంది. ముందర ఆ పని చూడుడని పలికింది. ఆ మాటలు విని రాక్షస సంహారం కోసం, నేను ఆజ్ఞాపించగా వృద్ధ విప్రుని వేషం ధరించి కృష్ణ కవచం యాచించి, విష్ణువు చేసిన పని ఇది. ధర్మ సంరక్షణార్థం మేమిద్దరం కలసి ఇలా చెయ్యవలసి వచ్చింది. ఇంక నువ్వు విష్ణువుని శపించకు! శాంతించు తల్లీ! శాంతించు!!

మానవ శరీరం వదలి, దివ్యదేహంతో వైకుంతం చేరుకుంటావు. విసర్జింపబడ్డ నీ శరీరం 'గండకీ' అనే పేరుతో నదిగా పరిణమిస్తుంది. నీ శాపం వల్ల నారాయణుడు పాషాణమై నీయందే పడి ఉంటాడు. నువ్వు తులసి మొక్కగా పూజించబడతావు. నీ దళములతో శ్రీహరికి, ఇష్టదేవతలకు పూజలు చేస్తారు. అని శివుడు అంటుండగా శివకేశవులకు నమస్కరిస్తూ తులసి ప్రాణాలు విడిచింది. ఆమె తనువు విడిచిన తావున ఆమె పేరిట తులసి అనే మొక్కమొలచింది.

★★తులసి చరిత్ర సమాప్తం★★

తులసి మహిమ

తులసి వృక్ష మూలము దివ్య తీర్థాలకు ఆలవాలము. తులసి దళాలను తాకినంతనే పాపపరిహారం అవుతుంది. తులసి దళాలు వేసిన నీటితో స్నానం చేస్తే కోటి తీర్థాలలో మునిగిన పుణ్యం వస్తుంది. తులసి దళ జలాలతో ఇష్టదేవతకు అభిషేకం చేస్తే వెయ్యి అమృత ఘటాలతో అభిషేకం చేసిన పుణ్యఫలం ప్రాప్తిస్తుంది. కార్తీక మాసంలో ఒక తులసి దళం అర్హత కలిగినవారికి దానం చేస్తే వెయ్యి గోవులను దానం చేసిన ఫలం కలుగుతుంది. మరణ సమయంలో తులసి తీర్థం సేవించినవాడు పాపవిముక్తుడై విష్ణులోకవాసి అవుతాడు. నిత్యమూ తులసి తీర్థము సేవించినవాడు లక్ష అశ్వమేధయాగాల ఫలం పొందుతాడు.

తులసి దళాలను శిరస్సున ధరించినవారు, మాలగా కంఠాన్న వేసుకున్నవారు వైకుంతము నందు స్థిరముగా వుండి దివ్యభోగాలు అనుభవిస్తారు. తులసి దళాలను త్రుంచి నేలమీద పడవేసినవాడు కాలసూత్రము నందు ఆచంద్రతారార్కములు నానా యాతనలు అనుభవిస్తాడు. తులసి ముందు అసత్య ప్రమాణాలు చేసినవాడు కుంభిణీపాక నరకములోపడి చెప్పరాని యమయాతన పొందుతాడు.

మూడు సంధ్యల యందు తులసి పూజ చేసినవాడు హరికి పార్శ్వచరుడు అవుతాడు.

సాలిగ్రామ మహిమ

గండకీనది లవణ సముద్రగామియై వుంటుంది. అందులో కనిపించే శిలారూపాలు అనేక విధాలుగా వుంటాయి. లక్ష్మీ నారాయణము, లక్ష్మీ జనార్ధనము, రఘునాథము, వామనము, శ్రీధరము, దామోదరము, రఘురామము, రాజరాజేశ్వరము, అనంతము, మధుసూధనము, హయగ్రీవము, నారసింహము, లక్ష్మీనరసింహము, ఇలాగ ఆయా ఆకారములను బట్టి ఆయా నామధేయాలతో దప్పుతూ ఉంటాయి. వాటికి సాలగ్రామములని పేరు. వాటిని నిర్మల చిత్తుడై నిత్యము పూజించేవాడు జన్మాంతరమందు హరిపాద సన్నిధి స్థిర నివాసం పొంది ఆనందిస్తూ ఉంటాడు.

సాలగ్రామమును తులసి దళాలతో పూజించేవాడు సర్వ పాప విముక్తుడై శౌరికి ఇష్టుడైన పుణ్యాత్ముడౌతాడు.

సాలగ్రామమును, తులసిని, శంఖమును నిత్యమూ భద్రంగా ఉంచి పూజించేవాడు మరణానంతరం వైకుంతవాసి హరిపద భక్తులలో అగ్రగణ్యుడు అవుతాడు.

అరుంధతి

తూర్పున సూర్యుడు ఉదయిస్తున్నాడు. ఆ బాలభానుని కిరణాల కాంతికి చంద్రబాగా నదీ జలము వెండిరంగులా తళతళా మెరిసిపోతోంది. 'మేధాతిథి' ముని స్నానమాచరించి సూర్యునికి నమస్కరించి అర్ఘ్యమును సమర్పించి "ఓ ప్రత్యక్ష పరమేశ్వరా! సూర్యనారాయణా! నేను చేయ తలపెట్టిన జ్యోతిష్టోయం అనే యజ్ఞాన్ని నిర్విఘ్నంగా జరిపించు తండ్రీ" అని వేడుకొని యజ్ఞశాలకు బయలుదేరాడు.

మేధాతిథి, ఇతర మునులు, మహర్షులు యజ్ఞాన్ని ప్రారంభించారు. చాలా ఘనంగా యజ్ఞం జరుగుతోంది. యజ్ఞం పూర్తయ్యే సమయానికి యజ్ఞగుండం నుండి ఒక అపురూపమైన బాలిక ఆవిర్భవించింది. ఆమెను చూచి యజ్ఞగుండం దగ్గరున్న వారందరూ ఆనందించారు. వారందరి సమ్మతి మీద మేధాతిథి ఆమెను తన కుమార్తెగా స్వీకరించాడు. ఆమె ఏనాడూ, ధర్మోల్లంఘనం చేయనిది కావాలి అనే సంకల్పంతో ఆమెకు అరుంధతి అని నామకరణం చేశాడు. అల్లారుముద్దుగా పెరిగిన ఆ పిల్లకు యుక్తవయస్సు వచ్చింది. ఆమెకు వివాహం జరిపించాలని మేధాతిథి ఆలోచిస్తున్నాడు. ఎవరికిచ్చి చేయాలి అని యోచిస్తూ ఆమెకు తగిన వరుని చూడమని తోటి మునులకు చెప్పాడు. వారు కొన్నిచోట్ల చూస్తున్నారు. ఈ విషయాన్ని అరుంధతికి చెప్పాలని "అమ్మా! అరుంధతి! నీకు వివాహం చేయాలని నిశ్చయించుకున్నాను. నీకు తగిన వరుని కోసం యత్నిస్తున్నాను. నీకు తెలియ జేయాలని చెబుతున్నాను" అన్నాడు మేధాతిథి. ఆమె మౌనంగా వుండి తలదించుకుంది. అది సిగ్గుతో తలదించుకోవడం కాదు, ఏదో! తీవ్ర ఆలోచనలతో వున్నట్లు ఆమె మోము కనిపిస్తోంది. అది గమనించిన మేధాతిథి "అమ్మా! అరుంధతీ! ఎందుకు అలా వున్నావు, వివాహం నీకు ఇష్టం లేదా?" అని అడిగాడు.

'తండ్రీ! నా మనస్సులో ఒక రూపం ఉంది. అది ఎవరూ అన్నది నాకు తెలియటం లేదు. ఎప్పుడు చూసానో కూడా తెలియటం లేదు" అంది. "నీకు ఏ రూపం కనిపిస్తోంది తల్లీ! ఆ రూపం ఎలా వుందో చెప్పగలవా?" అన్నాడు మేధాతిథి. "ఒక బ్రహ్మచారి రూపం నా మనఃఫలంమీద వుంది తండ్రి, తేజోవంతుడైన బ్రహ్మచారి రూపం నా కళ్ళలో కనిపిస్తుంది. అది ఏమిటో పూర్తిగా చెప్పలేను" అంది.

"అలాగా తల్లీ ఆ విషయం ఏమిటో విచారిస్తాను. నువ్వు నిశ్చింతగా ఉండు" అన్నాడు. మేధాతిథి చంద్రబాగా నదీ సమీపంలో విష్ణువు కొరకు తపస్సు చేసాడు. విష్ణువు ప్రత్యక్షమైనాడు. ఆ విష్ణువునకు భక్తితో నమస్కరించి "తమ దర్శనముతో ధన్యుడనయ్యాను" అని భక్తితో పాదాభివందనం చేసాడు. "ఎందుకు నాకై ప్రార్థించావు ఏం కావాలో కోరుకో అన్నాడు" విష్ణు.

"ప్రభూ నా యజ్ఞగుండం నుంచి ఆవిర్భవించిన బాలిక, అరుంధతికి వివాహం చేయాలనుకుంటున్నాను. దాని కొరకై ప్రయత్నిస్తున్నాను. కానీ నా కుమార్తె మనఃఫలకం మీద, ఒక రూపం గోచరిస్తోందని చెప్పింది. కానీ పూర్తిగా ఆమెకూ తెలియటం లేదు. ఈ పరిస్థితిలో నేను మిమ్మల్ని వేడుకొన్నాను.

మీరే నాకు ఆ విషయం తెలిపగలరని, వేడుకున్నాను. ప్రభు నా సమస్య మీకు విన్నవించాను" అన్నాడు.

"అదా నీ సమస్య అయితే విను. నీ యజ్ఞగుండంలోంచి ఆవిర్భవించిన ఆమె గత జన్మలో బ్రహ్మమానస పుత్రిక. ఆమె గత జన్మనీకు చెబుతాను విను. ఒకనాడు బ్రహ్మదేవుడు తన మానస పుత్రులైన దక్షుడు, మరీచ్యాదులు, ఇంకా వశిష్ఠుడు, పులస్త్యుడు, అంగీరసుడు అనే వారితో కలసి, కొలువుతీరి ఉండగా ఆయన తీవ్ర ధ్యానంలో ఉన్నారు. ఏమీ మాట్లాడటం లేదు. అందరూ ఆయన కేసి చూసారు. ఆయన కళ్ళు మూసుకున్నారు. ఆయన ధ్యానం లోంచి నవయవ వయోవిలాసిని యైన ఒక కన్య ఆవిర్భవించింది. ఆ లావణ్య మూర్తిని చూసి అంతా ఆశ్చర్యపోసాగారు. అదే సమయంలో వేరొక నవయువకుడు కూడా ఆవిర్భవించాడు. స్త్రీలకన్నా సమ్మోహనాకారంగాను, అత్యంత దర్పంగానూ ఉ న్న ఆ యువకుడు చెరుకుతో చేసిన విల్లునూ, అయిదంటే, అయిదే పుష్ప విశేషాలను బాణాలుగా ధరించి ఉన్నాడు.

పుట్టడం పుట్టడమే బ్రహ్మకు నమస్కరించారడు. ఆ యువకుడు. "నాకొక వూరు, పేరు, ఉద్యోగమూ యిప్పించవలసినదిగా కోరాడు" ఆ యువకుణ్ణి చూస్తుంటే ఎవరికీ నోరు మెదలడంలేదు. అంతకు ముందెప్పుడూ తెలియని ఏదో చిత్రమైన వికారానికి లోనై పోసాగారు. ముందుగా బ్రహ్మ కోలుకున్నాడు. "చూడగానే మోహం పుట్టిస్తున్నావు. కాబట్టి నీ పూలబాణాలతో, సర్వప్రాణికోటినీ సమ్మోహింపచేయి. స్త్రీ పురుషులలో కామనలు రేపి, సృష్టికి దోహదం చేయి. ప్రాణికోటి అంతటా రహస్యంగా నువ్వు వుండు. నీ బాణాలకు తిరుగులేదు. పుడుతూనే, మనో వైకల్యాలు కలిగించిన వాడవు కనుక "నీ పేరు మన్మథుడు" అని, కామోద్దీపకుడవు గనుక 'కాముడు' అనీ, అత్యధికమైన దర్పంతో విరాజిల్లుతున్నావు గనుక 'కందర్పుడు' అని బ్రహ్మ, వారందరూ కలసి అతనికి నామకరణాలు చేశారు. బ్రహ్మ యొక్క తీవ్ర ధ్యానంలోంచి పుట్టిన కారణంగా ఆ యువతికి సంధ్య అనే నామకరణం చేశారు.

తనకొక పని నిర్దేశింపబడగానే, దానిని అక్కడకక్కడే ప్రారంభించదలచుకున్నాడు. మన్మథుడు తక్షణమే ఆ సభలోనే తన పూబాణాలు ప్రయోగించాడు. కంపరమెత్తిపోయారు. 'కంజాస నాదులు' ఎవరికీ యేమీ పాలుపోకుండా అయిపోయింది. ఊహకు అందనంత మోహంతో, తలములకలైపోయారు. అంతమంది పురుషుల నడుమనే వున్న ఒకే ఒక్క స్త్రీ మన్మథుడి కన్నా ఒక్క అడుగు ముందుపుట్టిన బ్రహ్మ మానసపుత్రి. ఆమె హృదయం కూడా చలిస్తోంది. మరీచి మొదలైన అందరి చూపులు ఆ పిల్లమీదే వున్నాయి. ఆ పరిస్థితి గమనించి, ధర్మదేవత తక్షణమే చంద్రశేఖరుణ్ణి తలంచాడు. వెంటనే విధాత సభలో లీలాదర్శనమిచ్చాడు. విషమాంబకుడు, బ్రహ్మదులందరినీ మందలించాడు. వారిలో కామోపహరణం కావించి తాను అదృశ్యుడైపోయాడు శివుడు.

అప్పటికే కల్గిన కామవికారం వల్ల 'చతుర్ముఖుడి శరీరమంతా చెమటలు పట్టేశాయి. ఆ చెమటల నుంచి అగ్నిష్టోములనే అరవై నాలుగు వేల పితృగణాలు, ఎనభై ఆరువేల మంది బర్హిషదులు అనే పితృగణాలు ఆవిర్భవించడం జరిగింది. వశిష్ఠుడు పులస్త్యుడు, అంగిరసుడు అనేవారి బీజాలు ధూమగతలైనందువల్ల సోమపులు, సుకాలురు, ఆజ్యపులు, హవిష్మతులు అనే పితృగణాలు ఆవిర్భవించాయి. ఇదంతా జరిగిన తరువాత బ్రహ్మ చాలా ఆవేశానికి గురయ్యాడు. ఇది ఎంత అవమానం, శివునిచేత చెప్పించుకోవడం జరిగిందేమిటి అని సిగ్గుపడ్డాడు.

ఆ వికలతో మన్మథుణ్ణి క్రోధంగా చూస్తూ “నలుగురికి చెప్పవలసిన వాడిని, నాలుగు ముఖాలున్నవాడిని నన్నే ముఖం ఎత్తుకోకుండా చేశావు. ఏ శివుడి చేత నాకు నీతులు చెప్పించావో, భవిష్యత్తులో ఆ శివుని యొక్క మూడవకన్ను నుండి పుట్టిన అగ్నిలో భస్మం అవుతావు” అని శపించాడు. తండ్రి ఇచ్చిన శాపాన్ని విని, మన్మథుడు భయంతో వణికిపోయి రెండు చేతులూ జోడించి "తండ్రీ! జీవులలో కామవాంఛ కలిగించడం కోసం నీవు నాకు ప్రసాదించిన మన్మథ బాణాల యొక్క శక్తి ఏమిటో? పరీక్షించాలన్న ఉద్దేశ్యంతోనే వాటిని యిప్పుడిక్కడ ప్రయోగించేనే కానీ నాకు ఏ దురుద్దేశ్యము లేదు. నా యందు దయవుంచి నాకు ఇచ్చిన శాపాన్ని ఉపసంహరించండి అని పలు విధాల వేడుకున్నాడు” మన్మథుడు.

ఆవేశం తగ్గిన తరువాత ఆలోచించిన మీదట మన్మథుడు చేసిన పనిలో ఏ విధమైన దురుద్దేశము బ్రహ్మదేవునికి కనపడలేదు. ఆయన మన్మథుని మీద జాలిపడి ఇలా అన్నాడు "పుత్రా! విచారించకు. నా శాపానికి తిరుగులేదు. నీవు పరమశివుని నేత్ర జ్వాలల్లో దహనం కాక తప్పదు. అయితే ఆయన వివాహం, పార్వతీదేవితో జరిగిన తరువాత నీవు మరల పునర్జీవివవుతావు" అన్నాడు. బ్రహ్మదేవుడు “ధన్యుడను తండ్రీ! ధన్యుడను” అని ఆయనకు పాదాభివందనం చేసాడు మన్మథుడు.

మన్మథుడు బాణాలకు, వికారస్థితిలో వున్నవారిని, శివుడు వచ్చి మందలించి వారిలో కామోపసంహరణ గావించగానే శివదర్శనంతో సంధ్య జ్ఞాని అయ్యింది. ఆమె పశ్చాత్తాపానికి

గుర్తైయ్యింది. ఆపై సంధ్య పాప నివృత్తి కోసం తపస్సు చేసుకోవటానికి చంద్రబాగా పర్వత శిఖరం మీదకు చేరుకున్నది.

బ్రహ్మదేవుడు సంధ్య గురించి, యోచించాడు. ఆమె నిశ్చయం తెలుసుకున్నాడు. వశిష్ఠుణ్ణి పిలిచి "నాయనా! ఆ అమ్మాయికి తపోవిధానం తెలియదు కాబట్టి నువ్వు మరేదైనా రూపంలో వెళ్ళి ఆమెకు ఆ విధానాన్ని బోధించి రా!" అని ఆజ్ఞాపించాడు. వశిష్ఠుడు 'బ్రహ్మచారి'గా మారి చంద్రబాగా పర్వతంపై వున్న సంధ్య వద్దకు వెళ్ళాడు. ఆమెకు తపో విధివిధానాలన్నీ బోధించాడు. 'ఓం నమఃశంకరాయ' అనే మంత్రానుపదేశించాడు. 'దీనినే జపించు ఆ శంకరుడు దిగి వచ్చేదాకా జపించు' అని చెప్పి వెళ్ళిపోయాడు. సంధ్య తీవ్రమైన తపస్సులో మునిగిపోయింది. ఆమె యొక్క తపోదీక్షను వర్ణించడం ఎవరితరమూ కాదు.

ఒకటా రెండా నాలుగు యుగాలు తపస్సు చేసింది. కరుణించాడు కపర్ది. ఆమె కనుల ఎదుర నిలిచాడు. వరం కోరుకోమన్నాడు. "హే జగన్నాథా! శివా! శంకరా! నేను పుదుతూనే కాముకురాలయ్యాను. ఇతరులను, కామకులుగా మార్చాను. ఆ పాప పరిహారార్థమై తపమాచరించాను. ప్రసన్నుడు వయ్యావు నువ్వు. అదే పదివేలు. నా పాపం నశించినట్లయితే నేను కోరే మూడు వరాలు అనుగ్రహించు. మొదటిది ఇక నుండి ఏ ప్రాణి గాని పుట్టుకతోనే కామానుభూతి పొందడానికి వీలులేదు. రెండు, సృష్టిలోని సాధ్వీమణులలో నాకు అగ్రతాంబూలం దక్కాలి. మూడు, నా భర్త తప్ప, మరే పురుషులు నన్ను వక్రదృష్టితో చూచినా, తక్షణమే వాడు నపుంసకుడై పోవాలి. ఈ మూడు వరాలు అనుగ్రహించు అని కోరింది" సంధ్యాదేవి.

శివుడు చిన్న నవ్వు నవ్వుకొని "అలాగే నువ్వు కోరిన వరాలు మూడు ఇస్తున్నాను. ఇక నుంచి ప్రాణకోటి బాల్య, కౌమార, యౌవన, వృద్ధాప్యాలనే నాలుగు దశలను అనుభవిస్తుంది. వాటిలో బాల్య, కౌమారాలు దాటితేకానీ, పురుషులకు కామోద్దీపనం తెలియకుండా ఉండే విధంగా శాసిస్తున్నాను. అలాగే, యవ్వనవతులైతేనే తప్ప స్త్రీకి అసలు ఆ అవకాశమే వుండకుండా అనుగ్రహిస్తున్నాను. సాధ్వీమణులందరికీ, ఆదర్శప్రాయమయ్యే వరాన్నిస్తున్నాను నీకు. మూడో కోరిక రీత్యా నీ భర్త తప్ప మరే పురుషుడు నిన్ను కామదృష్టితో చూచినా, అతడు తక్షణమే నపుంసకుడు అయిపోతాడు. ఈ నీ కోరికలు సఫలం చేసుకోవడానికి ప్రయత్నించు.

ఇక్కడ చంద్రబాగా నదీ తీరంలో 'మేధాతిథి' అనే ముని జ్యోతిష్టోమం అనే యజ్ఞం చేస్తున్నాడు. నువ్వు అదృశ్యరూపిణియై వెళ్ళి ఆ యాగగుండంలో ఆత్మార్పణ గావించుకో! త్వరపడు" అని ఆదేశించి అంతర్హితుడయ్యాడు శివుడు.

క్షణమాలస్యం చేయకుండా బయలుదేరింది సంధ్య. శివాజ్ఞతో యజ్ఞగుండంలో పడి ఆత్మార్పణ చేసుకొంది. అదృశ్యరూపిణిగా వెళ్ళినందువల్ల ఆమె ఎవ్వరికీ కనిపించలేదు. మహాతపస్విని అయిన కారణంగా అగ్ని దగ్ధమైన ఆమె శరీరం నుండి సాధారణమైన కవురు కంపు

కాకుండా 'పురోడాశ పరిమళాలు వచ్చాయి. అందువల్ల ఎవ్వరూ గుర్తించలేకపోయారు. అగ్నిపరమైన ఆమె సూర్యమండలాన్ని చేరింది. సూర్యుడు ఆమె దేహాన్ని రెండు భాగాలుగా చేసి తన వద్దనే ఉంచుకున్నాడు. మొదటి భాగం ప్రాతః సంధ్య, దేవతా ప్రీతికారిణి, రెండవది సాయం సంధ్య పితృదేవతలకు ప్రియమైనది. ఆమె ప్రాణాన్ని పునఃయజ్ఞగుండానికి మళ్ళించాడు శివుడు.

తత్ఫలితంగా యజ్ఞగుండంలో నుంచి అపురూపమైన బాలికగా ఆవిర్భవించింది. ఆమెను నువ్వు బిడ్డగా పెంచుకొంటున్నావు" అని విష్ణువు చెప్పగానే ఆశ్చర్యపోయాడు మేధాతిథి. ఆ బ్రహ్మ మానసపుత్రిక, ఈ రూపంలో నా యజ్ఞగుండంలోంచి ఆవిర్భవించిందా! ప్రభూ! ఇప్పుడు ఈ విషయంలో మీరే సహాయం చేయ్యాలి అన్నాడు మేధాతిధి.

"అలాగే చేస్తాను అన్నాడు" విష్ణువు.

ఆ విషయాలు తెలుసుకున్న మునులు, బ్రహ్మ, విష్ణు, మహేశ్వరులు కలసి ఆనాడు బ్రహ్మచారి వేషం ధరించి వెళ్ళిన వశిష్ఠుని పిలిచి, మళ్ళీ అలాగే అరుంధతికి కనిపించమన్నారు. వశిష్ఠుడు అలా కనిపించగానే అరుంధతి అతని రూపం చూపి తన మనస్సులో గోచరిస్తున్న రూపం ఇదే అనుకుంది. అప్పుడు మునులు, త్రిమూర్తులు, అందరూ కలసి అరుంధతికి వశిష్ఠునకు వైభవంగా పెళ్ళి జరిపించారు.

అరుంధతిని వశిష్ఠుడు తన ఆశ్రమానికి తీసుకెడుతున్నప్పుడు మేధాతిథి అతని భార్య విచారిస్తూ "అమ్మా అరుంధతీ! నీ పతే నీకు సర్వస్వం, పతి భక్తికి మించిన వ్రతం లేదు. ఆదర్శ జీవనం సాగించు" అని చెప్పి సాగనంపారు.

ఒకప్పుడు భూమండలం మీద వరుసగా 12 సంవత్సరాల పాటు వర్షాలు పడలేదు. ఫలితంగా దారుణమైన కరువు కాటకాలు ఏర్పడి మామూలు ప్రజలతో పాటుగా సప్తరుషులకు కూడా ఫలాలు, కందమూలాలు లభించని పరిస్థితుల ఏర్పడ్డాయి. దాంతో వారు ఆకలితో అలమటించసాగారు. ఆ పరిస్థితులలో అరుంధతి, పరమశివుని ప్రార్థించి వర్షాలు కురిసేలా చేసింది. వర్షాలు కురవడం వల్ల కరువు తొలగిపోయింది. మహాశక్తివంతులు మరియు పండితులు అయిన సప్తరుషులకే ధర్మశాస్త్ర విషయాలను బోధించగల యోగినిగా అరుంధతి ఖ్యాతి చెందింది.

మహామేధావి అయిన అరుంధతి, రఘువంశానికి సలహాదారుగా ఉండే అరుంధతి, సీత వెళ్ళిపోయాక విడిపోయిన బంధుత్వాలు, పెరుగుతున్న కక్షలు కార్పణ్యాలు తొలగించాలని, ప్రయత్నించింది. ఆ విధంగా ప్రయత్నించి విడిపోయిన మామ, అల్లుని కలపడానికి కృషి చేసింది. 13 ఏళ్ళపాటు అడవులలో శ్రీరామునితో పాటు కలసి అష్టకష్టాలు పడిన తన బిడ్డ సీతను అనుమానించడమే కాకుండా సాక్షాత్తు అగ్నిదేవుడే సీత మహాపతివ్రత అని చెప్పినప్పటికీ, ఆ తరువాత కాలంలో ఒక త్రాగుబోతు సీత శీలవతి కాదు అని నిందిస్తే ఆ మాటలు కూడా పట్టించుకుని గర్భవతి అయిన సీతను రాజ్యం నుండి బహిష్కరించిన శ్రీరాముడి మీద, సీత తండ్రి అయిన

జనకుడికి విపరీతమైన ఆగ్రహం కలిగింది. ఫలితంగా జనకుడు, శ్రీరాముడిని మరియు ఆయన తల్లి అయిన కౌసల్యను విపరీతంగా ద్వేషించటం ప్రారంభించాడు. ఫలితంగా కోసల రాజ్యానికి మరియు మిధిలా రాజ్యానికి మధ్య శత్రుత్వం రాజుకున్నది. రెండు బలమైన రాజ్యాల మధ్య శత్రుత్వం ఉండటం మంచిదికాదని భావించిన అరుంధతి, తన భర్త అయిన వశిష్ఠుని మిధిలకు పంపించి మిధిలా రాజైన జనకుడిని ప్రసన్నం చేసుకుని ఆ పై జనకుడిని అయోధ్యకు తీసుకురమ్మని పంపింది. సాక్షాత్తు వశిష్ఠుడు అంతటి వాడు తన వద్దకు రావటంతో జనకుడు మరేమీ ఎదురు చెప్పలేక వశిష్ఠుడితో పాటుగా అయోధ్యకు వచ్చాడు. అప్పుడు అరుంధతి, కౌసల్య వద్దకు వెళ్ళి ఆమెతో ఇలా చెప్పింది.

"శ్రీరాముడు సీతను అనుమానించి అడవులకు పంపడం వల్ల ఆమె తండ్రి అయిన జనకుడికి అయోధ్య మీద ప్రతీకార భావం రగులుతున్నది. అందువల్ల అతడిని శాంతిపచేయడం కోసం ఇక్కడకు రప్పించాను. నీవు అతడితో మంచిగా మాట్లాడి శ్రీరాముడిపట్ల మరియు నీపట్ల ఉన్న ఆగ్రహాన్ని తగ్గించు" అన్నది. కౌసల్య అరుంధతి చెప్పినదానికి అంగీకరించి, తన మందిరంలోకి వచ్చిన జనకుడిని మర్యాదగా పలకరించింది.

తన వియ్యపురాలైన కౌసల్యను చూడగానే జనకుడికి ఆగ్రహం వెల్లువలా వచ్చింది. అప్పుడు ఆయన వ్యంగ్యంగా కౌసల్యను ఇలా పలకరించాడు. "ప్రజా రక్షకునికి తల్లి అయిన ఓ కౌసల్యా! నీ ఆరోగ్యం బాగా వున్నదా?" ఆ సమయంలో అక్కడే వున్న అరుంధతి జనకుడి మాట్లాడిన మాటలను విని ఒక అంచనాకు వచ్చింది. అది ఏమిటంటే కౌసల్య కుమారుడు శ్రీరాముడు తన కుమార్తె సీతకు పట్టించిన దుర్గతిని జనకుడు ఇప్పటికీ ఏమాత్రం మరచిపోలేదని గ్రహించిన అరుంధతి పొరపాటున కూడా కౌసల్యకు అనుకూలంగా ఒక్క మాట కూడా మాట్లాడలేదు సరికదా జనకుడిని సమర్థిస్తూ సీతాదేవి యొక్క పాతివ్రత్యాన్ని ప్రశంసించింది. "నా బిడ్డ సీత యొక్క పాతివ్రత్యాన్ని నిర్ధారించడానికి అగ్నిదేవుడికి ఏమి అర్హత ఉంది?" అని జనకుడు అరుంధతిని ప్రశ్నించాడు. అప్పుడు అరుంధతి చాలా తెలివిగా జనకుడితో ఇలా అన్నది "సీత అగ్నికన్నా పవిత్రురాలు. ఆ విషయాన్నే అగ్నిదేవుడు శ్రీరాముడికి తెలియజేశాడు. అందులో మీరు బాధపడాల్సిన అంశం ఏమీ లేదు" అంది అరుంధతి.

అరుంధతి మాటలతో జనకుడి ఆవేశం చాలా వరకూ చల్లారిపోయింది. ఆ తరువాత అరుంధతి, అనునయ వాక్యాలతో జనకుడిని అనునయించి ఆపై ఆయనతో ఇలా అన్నది "నీ కుమార్తె సీతను తన కుమారుడైన రాముడు అడవులకు పంపించినాడు అన్న వార్త తెలిసిన మరుక్షణం కౌసల్య మూర్చపోయింది. అప్పటి నుండి ఆమె అన్నాహారాలు లేకుండా సీతను గురించే విచారిస్తూ కాలం గడుపుతున్నది. అది తెలియని మీరు కౌసల్యను నిర్ధయురాలు అని నిందిస్తున్నారు" అన్నది అరుంధతి. సీతాదేవి అడవులకు పంపబడటం వల్ల కౌసల్య మానసికంగా క్రుంగిపోతున్నది

అన్న విషయం జనకుడికి అర్థమయ్యింది. దాంతో ఆయన తన ప్రవర్తనకు చాలా బాధపడ్డాడు. తన ప్రాణమిత్రుడు అయిన దశరథుని భార్య కౌసల్యను ద్వేషించిన తన అజ్ఞానానికి చింతించాడు.

జనకునికి, మెల్ల మెల్లగా శ్రీరాముడి మీద, కౌసల్యమీద, కోసల రాజ్యం మీద క్రోధం తగ్గుతున్నదని గుర్తించిన అరుంధతి వెంటనే సీతాదేవి పుత్రులైన లవ, కుశులను అక్కడకు రప్పించి "ఇదిగో వీరే నీ మనుమలు" అని జనకుడికి లవ, కుశులను చూపించింది. ఆ బిడ్డలలో సీతాదేవి పోలికలు స్పష్టంగా కనిపించడంతో జనకుడికి ఒక్కసారిగా సీతాదేవికి పట్టిన దుర్గతి గుర్తుకు వచ్చింది. ఫలితంగా అప్పటి వరకూ నెమ్మదిస్తున్న ఆయన క్రోధం ఒక్కసారిగా విజృంభించింది. దాంతో ఆయన ఆగ్రహ స్వరంతో ఇలా అన్నాడు.

"పవిత్రురాలైన నా కుమార్తె సీతను ఎవడో తాగుబోతు అన్న మాటలను పట్టించుకుని అడవికి పంపించిన శ్రీరాముడిని మరియు అతడి ప్రజల్ని నా అస్త్రాలతో నాశనం చేస్తాను" విపరీతమైన ఆగ్రహంతో రగిలిపోతున్న జనకుడిని శాంతిపచేయడానికి అరుంధతి ఇలా అన్నది "ఓ జనకా! ఆవేశపడవద్దు. శ్రీరాముడు కూడా నీ బిడ్డవంటివాడే. అతని ప్రజలు అజ్ఞానులు. అందువల్లే నీ కుమార్తె సీతను అనుమానించారు. వారి అనుమానాన్ని వాల్మీకి మహర్షి సహాయంతో తొలగించి, సీతాదేవి ఎంత పవిత్రురాలో వారికి తెలియజేస్తాను, నీవు శాంతించు." అంది అరుంధతి. అరుంధతి నేర్పుతో మరియు అనునయంతో అన్నమాటలు జనకుడిని స్వస్థత పరిచాయి. ఆ తరువాత ఆమె అయోధ్యా నగరంలోని ఒక ప్రదేశంలో వాల్మీకి మహర్షిచేత ఒక బహిరంగ సమావేశాన్ని ఏర్పాటు చేసింది. ఆ సమావేశానికి అయోధ్యా నగర ప్రజలంతా వచ్చారు. ఆ సమావేశంలో వాల్మీకి మహర్షి అయోధ్య ప్రజలకు ఇలా చెప్పాడు. "ఓ ప్రజలారా! మీలో ఒకడు సీతాదేవిని, అపవిత్రురాలు అని నిందించాడు. ప్రజల మాటకు విలువ ఇచ్చే శ్రీరాముడు తన భార్యను వనవాసానికి పంపించాడు. ఆమె ఇద్దరు కుమారుల్ని కని ఆపై తనువు చాలించింది. సాక్షాత్తు అగ్నిహోత్రుడే సీతాదేవి పవిత్రురాలు అని ఉద్ఘాటించాడు. అంతటి పవిత్రమూర్తి అయిన సీతాదేవిని గురించి చెడు అభిప్రాయాన్ని కలిగి వుండడం మహాపాపం అని మీరు గుర్తించాలి. రామాయణాన్ని రచించిన వాల్మీకి మహర్షి స్వయంగా, సీతాదేవి యొక్క పాతివ్రత్య శక్తిని వివరించడతో అయోధ్య ప్రజలకు సీతాదేవి యొక్క పవిత్రత స్పష్టంగా అర్థమైంది. ఆనాటి నుండి వారు సీతాదేవిని దేవతగా, భావించి కొలవడం ప్రారంభించారు. అరుంధతి, వాల్మీకి ద్వారా సీత యొక్క నిర్దోషత్వాన్ని అయోధ్య ప్రజలకు తెలియజేయడంతో జనకుడికి ఎంతో ఆనందం కలిగింది. దాంతో ఆయన శ్రీరాముడి మీద మరియు అయోధ్య ప్రజల మీద కోపాన్ని వదలి పెట్టాడు. అప్పటి నుండి మరల అయోధ్య, కోసల రాజ్యాల మధ్య స్నేహం వెల్లివిరిసింది. తీవ్రమైన విభేదాల కారణంగా శత్రురాజ్యాలుగా, మారిన అయోధ్య మరియు కోసల రాజ్యాలు అరుంధతి మేధస్సు వల్ల మళ్ళీ స్నేహరాజ్యాలుగా మారిపోయాయి.

ఆనందంగాను మరియు పరస్పరం ఇష్టపడి వివాహం చేసుకున్న దంపతులు, ఒకరిపట్ల ఒకరు ప్రేమను ఇచ్చిపుచ్చుకుని, ఒకరినొకరు సమానంగా చూసుకుంటూ, ఒకరి బాధ్యతలను ఒకరు భరిస్తూ ఉండడానికి చిహ్నంగా, అరుంధతి మరియు వశిష్ట నక్షత్రాలను చూపిస్తారు. వివాహం అయిన తరువాత వధూవరులకు అరుంధతీ నక్షత్రాన్ని చూపించి ఆపై అరుంధతి మరియు వశిష్ట నక్షత్రాలు ఒకదాని చుట్టూ ఒకటి ఎలా పరిభ్రమిస్తున్నాయో అదే విధంగా దంపతులు ఇద్దరూ, పరస్పరం ఎన్నడూ విడిపోని బంధాన్ని కొనసాగించాలని, సూచించడం జరుగుతుంది.

హైందవ మతంలో అరుంధతి నక్షత్రానికి ఉన్న ప్రాధాన్యత, ఇంతా అంతా కాదని చెప్పాలి. ప్రతి సంవత్సరంలో చైత్రమాసంలోని విదియ రోజున హైందవ స్త్రీలు తమ భర్తల దీర్ఘాయుష్షు కోసం ఉపవాసం చేస్తారు. ఈ వ్రతం చేసిన స్త్రీలకు, సుమంగళిగా జీవితాన్ని ముగించే అదృష్టయోగం పడుతుందని ధర్మశాస్త్రాలు నొక్కి వక్కాణిస్తున్నాయి.

మానవులకు కావలసిన సమస్త జ్ఞానాన్ని భగవంతుడి నుండి మానవులకు చేర్చేది ఈ సప్తరుషులే అని గ్రహించాలి. ప్రస్తుత వైవస్వత మన్వంతరంలో సప్తరుషులుగా గుర్తించబడిన వారి పేర్లు ఇలా ఉన్నాయి. అత్రి, భృగు, కుత్స, వశిష్ఠ, గౌతమ, కశ్యప, మరియు అంగీరస. ప్రతీ యుగానికీ, ఒక నూతన సప్తరుషులు ఏర్పడుతూ ఉంటారు. సప్తరుషులలో ఒకనిగా పేర్కొనబడిన వశిష్టుని యొక్క భార్య అరుంధతి, సప్తరుషులలో ఒకడైన వశిష్ఠ మహర్షి, భార్య అరుంధతికి సప్తరుషులతో సమానమైన స్థాయి ఇవ్వబడింది. అంతే కాకుండా సప్తరుషులతో సమానంగా ఆమె ఆరాధించబడుతుంది. పాతివ్రత్యానికి, భర్త పట్ల అంకితభావాన్ని కలిగి ఉండటానికి, దాంపత్య ఆనందానికి ప్రతీకగా అరుంధతి అభివర్ణించబడుతుంది.

హైందవ మతంలో వివాహం తరువాత, సప్తపది పూర్తయిన తరువాత వధూవరులకు అరుంధతి నక్షత్రాన్ని చూపిస్తారు. సాధారణంగా అరుంధతి నక్షత్రం అంత తేలికగా కనపడదు. కనుక దశలవారీగా అనగా సప్తరుషి మండలంలో వుండే కాంతివంత నక్షత్రాలను చూపిస్తూ మెల్లగా అరుంధతి నక్షత్రం వైపు చూపిస్తారు. అప్పుడు మాత్రమే అరుంధతి నక్షత్రాన్ని గుర్తుపట్టే అవకాశం ఏర్పడుతుంది. సాధ్వీమ తల్లులకు శిరోభూషణమైన ఆ ఆరంజ్యోతి అరుంధతి ఆకాశంలో కనిపిస్తూనే వుంటుంది.

శకుంతల

తూర్పున సూర్యుడు ఉదయిస్తున్నాడు. ఆ బాలభానునికి నమస్కరించి "ఓ త్రిమూర్తి స్వరూపా! సూర్యనారాయణా! నా దిన చర్యలో నావల్ల ఎవరికీ హాని కలగ కుండా సత్యధర్మాలతో సదాచారపరుడనై నడచుకొనేలా నన్ను దీవించు ప్రభూ! ప్రత్యక్ష పరమేశ్వరా... సూర్యభగవానుడా!!" అని ప్రార్థించారు కణ్వముని.

స్నానానికై 'మాలినీ' నదికి బయలు దేరుతున్నారు. నదీ సమీపానికి చేరుకున్న కణ్వమహర్షికి ఎటునుంచో పక్షుల కలకలము వినిపస్తోంది. ఆ ముని ఆగి వింటున్నారు. కొన్ని పక్షులు రోదనగా అరుస్తున్నాయి. పసిబిడ్డ గొంతు ఏడుస్తూ ఆ పక్షుల రోదనలో వినిపిస్తోంది. ఆ ముని ఆ వైపుకు చూస్తున్నారు.

"పసిబిడ్డ ఏడుపు వినిపిస్తోంది" అన్నాడు శిష్యుడు, ఆలోచనగా, ఆ వైపుకే నడుస్తూ "ఊ" అన్నారు మెల్లగా.

కొంత ఎత్తు కెగరి వలయంలా తిరుగుతూ పైన కాపలా కాస్తున్నాయి కొన్ని. కల్లోల పడుతూ కూకూ అంటూ నేలమీద తిరుగుతున్నాయి కొన్ని. ఆపకుండా ఏడుస్తున్న పసిబిడ్డ దగ్గర రెక్కలు విప్పి ఏవో అరుస్తున్నాయి కొన్ని. పక్షుల రోదన వింటూ ఆ ప్రదేశానికి చేరుతూ కనుచూపు మేరలో కనిపిస్తున్న ఆ దృశ్యాన్ని అలా చూస్తూ నుంచొన్నారు. భయంకరమైన ఆ వన ప్రాంతంలో సింహ శార్దూలాది వన్యమృగాల ఆపద రాకుండా వలయంలా ఎగురుతున్న కొన్ని పక్షులను, తమ రెక్కలతో కప్పి శీతోష్ణాల నుండి కాపాడుతున్న కొన్ని పక్షులను చూసి ఆశ్చర్య హృదయులై, స్తంభనగా ఉండిపోయారు కణ్వముని.

కన్నతల్లి ఎవరో? ఎందుకు వదిలేసి పోయిందో? ఈ నోరులేని మూగజీవులు ఎలా కాపాడుతున్నాయో అని ఆశ్చర్యంతో చూస్తున్న కణ్వమునిని చూసిన ఆ పక్షులు కొన్ని గుంపుగా వచ్చి ఆయన పాదాల మీద పడ్డాయి.

"మహాత్మా! ఈ బిడ్డ ఎవరో కాదు, నీ మిత్రుడు విశ్వామిత్రునికి మేనక ద్వారా కలిగిన సంతానము. దయామయులైన తమరు అనాథయైన ఈ బిడ్డను మీ పుత్రికగా స్వీకరించండి" అని పలికాయి.

సర్వప్రాణుల భాషలను, భావాలను అర్థంచేసుకోగలిగిన ఆ ముని ఆ పక్షులతో " అలాగే పెంచుతాను నా బిడ్డగా పెంచుతాను" అన్నారు, చేతితో అభయం ఇస్తూ.

ఆ మాటకు ఆనందంతో ఆ పక్షులు ఆ మునికి స్వాగతిస్తూ... ముందుకు నడుస్తూ, వెనక్కు చూస్తూ పసిపిల్లను సమీపించాయి. ఆ ముని ఆ పిల్లను ఎత్తుకోగానే ఆ పక్షులు రెక్కలు కొట్టుకొంటూ ఆ మునికి ఒక ప్రదక్షిణంగా తిరిగి చెట్ల మీదకు వెళ్ళాయి. కొన్ని ఆయనను ఆనందంతో సాగనంపుతున్నట్టు కూ...కూ... అని శబ్దం చేసుకుంటూ ఆ ముని వెనకాల నడుస్తున్నాయి. ఒక చేత్తో ఆ శకుంత పక్షులను ఆశీర్వదిస్తూ, ఒక చేత్తో పిల్లనెత్తుకొని ఆశ్రమానికి నడిచారు కణ్వముని.

ఆశ్రమం ముంగిటకి వచ్చిన ముని ఒక్కక్షణం స్తంబనగా నిలచున్నారు. "ఆ పక్షుల ఆ మూగవేదన, ఆ పసికందు రోదనా చూసి మనసు కరిగిపోయింది. వెంటనే వాటికి అభయమిచ్చి ఆ పసిగుడ్డును ఎత్తుకున్నాను. ఏదో త్యాగభావశక్తి నడిపించగా వచ్చేసాను. ఈ పిల్లకీ నాకూ ఏదో బంధం వుందా! ఇప్పుడు ఈ పిల్లను ఎలా పెంచగలను? దేవకన్య మేనక, రాజఋషి అయిన విశ్వామిత్రుడు వారిరువురికీ జన్మించిన ఈ పిల్ల అనాధగా నేలమీద ఏడుస్తోంది. విధి లీలను ఏమనుకోవాలి. క్షణంలో వచ్చే మార్పును ఊహించలేము. భగవాన్ ఇక నీదే భారం అనుకొని భుజాన వున్న పసిపిల్లను అప్పుడు చూసారు. మీ కోసమే ఏడ్చాను అన్నట్టు నిద్రిస్తోంది. తెల్లని శరీరఛాయ తలనిండా నల్లని జుట్టు అందంగా వున్న ఆ పసిపిల్లను చూడగానే ఏదో వాత్సల్యం. ఆ పసికందు వీపు చేతితో నిమిరి నిద్రపోయావా" అన్నారు. జరిగిన విషయం తెలిసి ఇద్దరు శిష్యులు వచ్చి తలదించుకుని నుంచున్నారు. గౌతమి వచ్చి పాపను ఇలా ఇవ్వండి స్నానం చేయిస్తాను అని చేతులు చాచి నిలబడింది. కణ్వముని ఆమెకేసి చూసి "ఏ పనిమీద నేను వెళ్ళాను? ఏమి జరిగింది? ఇదే దైవలీల. ఈ పిల్లకు ముందు పాలు పోసి తరువాత స్నానం చేయించు గౌతమీ" అన్నారు, ఆమె చేతుల్లో పెడుతూ... "అలాగే చేస్తాను" అని ఆ పిల్లను తీసుకొంది గౌతమి. ఆ పిల్లను గౌతమి చాలా జాగ్రత్తగా పెంచుతోంది. ఆ పిల్ల ఏడిస్తే చాలు ఆశ్రమంలో ఉండే బాలలు ఎత్తుకొని ఊరడించేవారు. ఆ పిల్ల తెల్లవారుజాము లేచి ఉ... ఉ.. ఉ క్కూ... ఉంగే.. ఉ... అని కాళ్ళు చేతులు ఆడించుచూ, ఏదో చూస్తున్నట్లు ఎవరో నవ్విస్తున్నట్టు తనలో తానే ఊయలకు కట్టిన గిలక్కాయలు చూసి నవ్వుకొంటుంటే, ఆ టైముకి లేచి కణ్వమహర్షి, శిష్యులు కూడా ఆ ఊయల దగ్గరకు వచ్చి గౌతమీతో పాటు వారు కూడా ఆ పిల్లను చూసి నవ్వించి, ఆడించి, ఆనందంతో పొంగిపోయేవారు. మూడవనెల రాగానే చాలా వేడుకగా 'శకుంతల' అనే నామకరణం చేసారు కణ్వముని. ఒకరోజు ఒక కోతి వచ్చి గుడ్డ ఉయ్యాలలో నిద్రపోతున్న పిల్లను చూసింది. శకుంతల మొహం మీద తన చేతితో నిమిరింది.శకుంతల మొహంమీద మొహంపెట్టి పరిశీలనగా చూస్తోంది.

అప్పుడే వచ్చిన కణ్వముని కోతిని చూసి ఏమి చేస్తుందోనని భయపడి, కొంచెం దూరాన అరటిపళ్ళు పెట్టి, ఈ పళ్ళను తీసుకో పిల్లను ఏమీ చెయ్యకు అంటున్నారు. కళ్లు తెరిచిన శకుంతల కెవ్వుమని ఏడ్చింది. ఆ ఏడుపుకు కోతి అక్కడి నుంచి దూరంగా వెళ్ళిపోయింది. ఆ పిల్లను తీసి

భయపడ్డావా తల్లీ! అని గుండెకత్తుకున్నారు. చాలాసేపు ఏడుపు మానలేదు. గౌతమి వచ్చి తన దగ్గరకు తీసుకోబోయినా రాకుండా తండ్రిని హత్తుకొనేవుంది. కిందికి దిగలేదు. అడుగులు వెయ్యలేదు. అప్పటి నుంచీ తండ్రికి చాలా దగ్గరయ్యింది. ఆ ముని బైటకు వెడుతుంటే తనూ వస్తానని ఏడుపు మొదలు పెట్టేది. ఆ పిల్ల తనకు చాలా చేరువవుంతుంటే ఎంతో ఆనందంతో పెంచుతున్నారు కణ్వమహర్షి. ఆ పసిపిల్ల నవ్వులు, ఆటలతో ఆశ్రమం కొత్త శోభసంతరించుకుంది.

రోజు రోజుకూ చంద్రబింబంలాగ పెరిగిపోతున్న శకుంతలను చూసి ఆశ్రమంలో వారందరూ ఆమెతో ఆడుకుంటూ, కాలాన్నీ, వయసుని మరచిపోయేవారు. కొంచెం పెద్దయ్యాక చిలకలకు, మైనాపిట్లకు ఆహారం పెట్టి వాటికి మాటలు నేర్పేది. ప్రియంవదతో వెళ్ళి శకుంతల పువ్వులు కోసి మునికి ఇచ్చేవారు. శకుంతలకు జింకలంటే ఇష్టం. వాటికి ప్రియంవదతో కలసి మేత వేసేది. నీళ్ళు పెట్టేది. ఆశ్రమంలో వున్న జంతువులను శ్రద్ధగా చూసేవారు ప్రియంవదా, శకుంతలా.

ఒకనాడు వేటకై బయలుదేరిన 'దుష్యంత మహారాజు' దుర్గమమైన అరణ్యానికి సైన్యంతో వెళ్ళాడు. వన్యమృగాలను వేటాడుతూ అరణ్యంలో ప్రయాణం సాగిస్తున్నాడు. క్షుతిపాసాపీడితుడైన దుష్యంత మహారాజు జలాశయాలను అన్వేసిస్తూ ముందుకు సాగుతున్నాడు. నయనానందకరంగా మనోల్లాసాన్ని కలిగించే మున్యాశ్రమాలతో అలరారే సుందర వనంలో ప్రవేశించాడు.

ఫలపుష్ప భరితమైన వృక్షాలతో కంటికింపయిన పచ్చిక బయళ్ళతో పూచిన చెట్లతో, కాచిన తరువులతో, విస్తరించిన వృక్షఛాయలతో రమణీయంగా గోచరిస్తున్న ఆ వనంలో తుమ్మెదల ఝుంకారములు, కోయిలల కూజితాలు, పక్షుల మధుర విన్యాసాలు, గాలుల ఈలలు వీనులకు విందు చేస్తుంటే చల్లనిగాలి తాకిడికి మెల్లమెల్లగారాలే పువ్వులు దుష్యంతునిపై పడుతుంటే వన దేవత నగర చక్రర్తిని సాదరంగా ఆహ్వానిస్తున్నట్లుంది.

రమణీయమైన ఆ వనము 'మాలినీ' నది సమీపంలో ఉంది. విశాల తరుచ్ఛాయల మధ్య పవిత్ర అగ్నిహోత్రధూమంతో నిండి, ప్రజ్వలితాగ్ని స్వరూపమై, నయన మనోహరంగా, వేదమంత్రాలతో శ్రవణ శుభంగా మనోల్లాసాన్ని హృదయ పారవశ్యాన్ని కలిగిస్తున్న ఒక రమ్యమైన, దివ్యమైన ఆశ్రమాన్ని చూశాడు దుష్యంతుడు.

అదే స్వాధ్యాయ ప్రవచనాలతో నిత్యాగ్ని హోత్రంలా వెలిగిపోతున్న కణ్వాశ్రమం.

దుష్యంతుడు తన సైన్యాన్ని అక్కడే వుండమని చెప్పి పురోహితులను కొందరిని వెంటబెట్టుకుని కాశ్యపుడైన కణ్వమహర్షిని దర్శించుటకు ఆ ఆశ్రమాన్ని సమీపించాడు. తన పరివారాన్ని ఆశ్రమం బయటే ఉంచి వినమ్రుడై అంజలి బద్ధుడై, భక్తిశ్రద్ధలతో కణ్వముని పుణ్యాశ్రంలో ప్రవేశించాడు.

లోపల ఎవ్వరూ కనిపించలేదు. కొన్ని క్షణాలు నిరీక్షించాడు. అప్పటికీ ఎవ్వరూ రాలేదు. ఎవరక్కడ? అని పెద్దగా పిలిచాడు. ఆ మధుర పిలుపు నందుకుని రూపయౌవన సంపన్నురాలు,

శీలవతీ, కళావతీయైన ఒక కన్య వచ్చి ఎదుట నిలుచుని శింహస్కందుడు, ఆజానుబాహుడు, సర్వలక్షణ సంపూజ్యుడు అయిన దుష్యంతుని చూచి 'స్వాగతం' అని పలికింది.

అర్ఘ్యపాద్యాసనాలతో అర్చించింది. మందహాసమును చిందిస్తూ సుందర వదనారవిందయై, మందగమన వాయువులా చలిస్తున్న ఆ కళ్యాణి "మీకు ఏమి కావాలి? ఈ ఆశ్రమానికి ఏ కార్యార్థమై వచ్చారు? మీరెవరు?" అని పలుకరించిన మధురభాషిణి, మునికన్యను వీక్షించి అతిథి సత్కార్యాలతో సంతుష్ట చిత్తుడైన దుష్యంత మహారాజు

"కమలదళాయతాక్షీ! శుభాంగీ! నేను ఇలలోడు అనే రాజర్షి కుమారుణ్ణి. నా పేరు దుష్యంతుడు. వేటకై అరణ్యాల లోకి వెళ్ళి దాహర్తితో జలాశయాలను అన్వేషిస్తూ, ఈ వనములోనికి వచ్చాము. కణ్వాశ్రమాన్ని చూసి కణ్వమహామునిని సేవించుటకై వచ్చాను. వారు కనిపించుటలేదు. ఎక్కడికి వెళ్ళారు?" అని ప్రశ్నించాడు. "మా తండ్రిగారు! ఒక కార్యార్థమై వెళ్ళినారు" అంది. "ఎప్పుడు వస్తారు?" అన్నాడు దుష్యంతుడు. కొన్నిరోజులు పట్టవచ్చు అంది. దుష్యంతుడు ఆశీనుడయ్యాడు.

"సర్వాంగ సౌందర్యంతో, రూపయౌవన లావణ్యంతో, మందస్మిత వదనంతో శోభిస్తున్న నీ దర్శనం నా మనస్సుని హరించింది. మనసు నిలువలేక అడుగుతున్నాను. సుకుమారీ! నీపేరేమిటి" అన్నాడు దుష్యంతుడు. ఆ చూపులకు, అతని మాటలకు సిగ్గుపడి లోపలకు వెళ్లింది. ఆ రాజు ఆమె వెళ్ళిన చోటుకు వెళ్ళి దూరాన నిలబడి "ఈ దుష్యంత మహారాజు మీ నామధేయం తెలుసుకోవాలని ఆరాటపడుతున్నాడు. సుందరీమణీ నీ నామధేయం తెలపవా?" అంటూ చూపుల బాణాలు గురిపెట్టి అడుగుచున్నాడు.

ఆ చూపులకు మంచు శిలలా కరుగుతూ "నాపేరు శకుంతల" అంది.

శకుంతలా! అని పిలిచినట్లు ఆ పేరును వల్లెవేసుకుని పరవసిస్తున్న సమయాన, ప్రియంవద వచ్చి భయపడుతూ, నమస్కరించి, "తమరు ఎవరు? ఏకార్యర్థమై వచ్చారు?" అని ఆ రాజుని అడిగింది. "నేను దుష్యంత మహారాజును కణ్వమహర్షి ని దర్శించుకొనుటకు వచ్చాను" అన్నాడు.

'దుష్యంత మహరాజుకు! ప్రియంవద ప్రణామాలు' కణ్వమహర్షి కార్యార్థమై వేరే చోటుకి వెళ్ళినారు. తమరు మరొకసారి దయచేయండి అంది నమ్రతగా. 'కణ్వమహర్షిని దర్శించుకొనుటకు నేను మళ్ళీవస్తాను. శకుంతలా! నేను మళ్ళీ వస్తాను' అని మదనుని బాణాల్లాంటి చూపులు ఆమెపై గురిపెట్టి చూస్తున్న దుష్యంతుని చూస్తూ స్థాణువులా నిలబడిపోయింది శకుంతల.

"దుష్యంత మహారాజా! కణ్వముని దర్శనానికి తమరు మరొక్కసారి దయచేయండి. నా మనవి మన్నించండి" అంది చేతులు జోడించి ప్రియంవద. 'ప్రియంవద! మీ మాట మన్నిస్తాను' అని వెళ్ళిపోతూన్న దుష్యంతున్నే చూస్తున్న శకుంతలను చూసి 'అమ్మా! శకుంతలా! చూపులు మరల్చు,

ఇటుచూడు నాన్నగారు లేని సమయంలో ఈ దుష్యంత మహారాజు ఎందుకొచ్చారు? ఏమిటో? అనుకుంటూ' శకుంతలను లోనికి తీసుకెళ్లింది ప్రియంవద.

"శకుంతలా! అప్పుడే పూలకా! ఎప్పుడు లేచావు? కొంచెం ఆగు, నేను వస్తాను' అంది ప్రియంవద. 'రోజూ నేను తెస్తున్నాను కదా! నేను తెస్తానులే' అని వెళ్లింది శకుంతల.

సర్వాంగ సుందరంగా అలంకరించుకుని, కణ్వాశ్రమం, పరిసరాల్లో తిరుగుచున్నాడు దుష్యంతుడు. పువ్వులు కోస్తున్న శకుంతలను మెల్లగా అనుసరించి, 'ఓ పూబోణీ! శకుంతలా! నిన్ను వరిస్తున్న నా హృదయంలో ప్రవేశించి రాజ్యభోగాలను అనుభవించు' అన్నాడు దుష్యంతుడు.

'మహారాజా! మహాతపస్వి, ధర్మజుడు, ధైర్యవంతుడు, మహాత్ముడైన కణ్వభగవానునికి నేను కుమార్తెను. ఆయన నాకు పితృదేవుడేకాదు, గురుదేవుడు కూడా. నేను అస్వతంత్రురాలిని, మీ మనస్సులోని మాట ఆ మహాత్మునితో చెప్పండి. అదే యుక్తం. ధర్మజ్ఞులైన మీరు అయుక్త మార్గాలను అనుసరించకూడదు' అంది శకుంతల.

'శకుంతలా! నేను ధర్మం తప్పను. నిన్నువరించిన నన్ను పరిణయమాడు. నా అర్ధాంగివి కా! నీ కొరకు ఏమి చెయ్యమన్నా చేస్తాను. నీ కోరికలన్నీ కాదనకుండా తీరుస్తాను. నా రాజ్యాన్ని నీ చేతుల్లో పెడతాను శకుంతలా! అష్టవిధ వివాహాల్లో గాంధర్వమే కదా, మహోన్నతము. గాంధర్వ విధితో నన్ను వివాహం చేసుకో" అన్నాడు దుష్యంతుడు.

"మహారాజా! మా తండ్రి వచ్చేవరకూ మీరు ఓపిక పట్టండి. కణ్వముని నాతండ్రియే కాదు నాకు దైవముకూడా. ఆయన నన్ను ఎవరికిస్తే అతడే నా పతిదేవుడు. ఇదీ ధర్మం. ఈ విషయంలో నాకు స్వేచ్ఛలేదు. నిర్ణయాలన్నీ మహితాత్ముడైన ఆ మహర్షి తీసుకొంటాడు.

రాజా! స్త్రీని బాల్యంలో తండ్రి రక్షిస్తాడు. యౌవ్వనంలో భర్త కాపాడుతాడు. వార్ధక్యంలో బిడ్డలు సంరక్షిస్తారు. కనుక స్త్రీకి ప్రత్యేకంగా స్వేచ్ఛలేదు.

'మహారాజా! తండ్రియైన కణ్వుని అంగీకారం లేకుండా మీ మాటను నేను ఎలా మన్నించగలను? మీరు ధర్మం తెలియని వారు కాదు' అన్నది బాషణాశీలయైన శకుంతల.

'శకుంతలా! కణ్వమహర్షి కరుణామయుడు. తపోధనుడు. ఆయన విషయంలో నీవు నిర్భయంగా వుండొచ్చు' అంటూ ఆమె నుండి భయాన్ని తొలగించే ప్రయత్నం చేసాడు దుష్యంతుడు.

"రాజా! క్షత్రియులకు శస్త్రాస్త్రాలు ఆయుధాలు అయితే బ్రాహ్మణులకు కోపమే ఆయుధం అనేది మరిచిపోకండి. సూర్యదేవుడు కిరణాలతో, ఇంద్రుడు వజ్రాయుధంతో, ప్రభువు దండముతో శిక్షించునట్లు, బ్రాహ్మణుడు క్రోధాగ్నితో దగ్ధం చేస్తాడు" అని తన భయాందోళనలను శకుంతల వ్యక్తం చేసింది.

"శకుంతలా! నా మనస్సు నిన్నే వాంచిస్తోంది. నీయందే చిత్తము లగ్నమై ఉంది. అంతరాత్మ ప్రబోధానికి మించినది ఈ లోకంలో మరొకటి లేదు. నిర్మలమైన అంతఃకరణము చెప్పినట్లు విని నన్ను వరించు.

కళ్యాణీ! ఎవరికి వారే బంధువు. ఎవరికివారే గతి. ఎవరికివారే మిత్రుడు. ఎవరికి వారే తండ్రి. ఎవరి బాగు వారికన్నా మరొకరికి అధికంగా తెలిసేదేముంటుంది? శోభనాంగీ నీ క్షేమమును నీవే కోరుకుని నన్ను పొందు.

'శకుంతలా! ధర్మయుతమైన అష్టవిధి వివాహాలలో క్షత్రియునకు హితమైన గాంధర్వ విధి నన్నువరించి నాకు నువ్వు అర్థాంగివి కావచ్చు' అన్నాడు దుష్యంతుడు.

"మహారాజా! మీరుచెప్పిన రెండు విషయాలూ నాకు అర్థమయ్యాయి. నన్ను నేను సమర్పించుకునే అధికారము నాకున్నట్లయితే గాంధర్వ వివాహ విధి ధర్మ సమ్మతమైతే నన్ను మీరు గ్రహించండి!" అన్నది శకుంతల. ఆ పలుకులూ విన్న దుష్యంతుడు ఆనంద వదనుడై మరింత చేరువవుతుంటే "అయితే నాదొక మనవి మహారాజా! మీ వల్ల నాకు కలిగే కుమారుడు మీ రాజ్యానికి యువరాజు కావాలి. ఇది మీకు అంగీకారమైతే నన్ను మీ ధర్మపత్నిగా స్వీకరించండి" అన్నది శకుంతల.

'నీ కోరికను తప్పకుండా నెరవేరుస్తాను. నీకు కలిగే కుమారుడికే యువరాజ పట్టాభిషేకం చేస్తాను' అని ఆమె చేయి పట్టుకుని, 'పంచభూతాల సాక్షిగా, ఉదయిస్తున్న సూర్యుని సాక్షిగా, నా మనస్సాక్షిగా నిన్ను నా అర్థాంగిగా స్వీకరిస్తూ, గాంధర్వ విధి ననుసరించి వివాహము చేసుకుంటున్నాను'. అంటూ పలుకుతున్న మహారాజు మాటలు ప్రియంవద చెవుల్లో పడుతున్నాయి. కంగారుగా గుండెదడతో పరుగెడుతూ

'ఆగండి ... ఆగండి మహారాజా!' అని అరచి ప్రియంవద రొప్పుతూ వస్తోంది. ప్రియంవద పిలుపు విని చలించక రాజు రాజముద్రికను శకుంతల వ్రేలికి పెట్టేశాడు. శకుంతల ప్రియంవదకేసి దీనంగా చూసి రాజముద్రికను కళ్ళకద్దుకుని పతికి నమస్కరించింది. భార్యను దీవించి చెయ్యి పట్టుకుని ఏడడుగులు నడిచి ప్రియంవద దగ్గరకు చేరిన శకుంతలను, దుష్యంత మహారాజును చూస్తూ స్థాణువులా నిలబడిపోయింది.

'నన్ను దీవించమ్మా నువ్వు నా అక్కవు కదా' అని పాదాలకు వరిగిన తలను లేవదీసి "శకుంతలా ..!" అంది దగ్ధ కంఠంతో కన్నీట కళ్ళతో గుండెకత్తుకుంది ప్రియంవద.

దుష్యంతుడు చేతులు జోడిస్తుంటే.. 'వద్దు మహారాజా! మీరు నాకు నమస్కరించకండి. ఆ దైవం మీ జంటను చల్లగా చూస్తాడు. మీ ధర్మపత్నిని శకుంతల తీసుకొనిరండి' అంది ఆశ్రమానికి నడుస్తున్న ప్రియంవద. వెనకాల వెళ్ళారు శకుంతల, దుష్యంతుడు.

"ఇప్పుడు! ఏమి చెయ్యాలో? ఈ జంటను ఎలా దీవించాలో? గురుదేవులకు ఏమని చెప్పాలో? నాకు ఏమీ తోచడంలేదు అమ్మా.... భవానీ, నన్ను దీవించు తల్లీ! నాకు ధైర్యాన్ని ప్రసాదించమ్మా, 'ప్రియంవదా శకుంతలను జాగ్రత్తగా చూసుకో. మేము వచ్చేవరకు జాగ్రత్తగా ఉండండి" అని చెప్పి "వెళ్ళిన గౌతమి మాత వచ్చి అడిగితే ఏమని చెప్పను? నా ప్రమేయం ఏమీ లేకుండా ఈ వివాహం జరిగిపోయిందే. ఇప్పుడేమి చెయ్యగలను? తల్లీనాకు ధైర్యాన్ని ప్రసాదించు" అని తల్లి దగ్గర ప్రణమిల్లి కళ్ళు తుడుచుకుని, అమ్మవారి కుంకుమ బొట్టుపెట్టుకుని పసుపునీళ్ళు పట్టుకెళ్ళి ఆ జంటకు దిష్టితీసి లోనికి తీసుకువచ్చింది ప్రియంవద.

తెలతెల వారే సమయాన "మహారాజా! మహారాజా!" అన్న పిలుపువిని నిద్రపోని ప్రియంవద మెల్లగా తలుపు తెరచి బైటకు వెళ్ళి వెంటనే లోపలకు వచ్చింది.

'మహాతపస్వి యైన కణ్వమర్షిని దర్శించుకోవడానికే నేను వచ్చానని' జరిగిన దానికి మన్నించమన్నానని, మళ్ళీ వచ్చి ఆ మహర్షి ఆశీర్వాదంతో శకుంతలను తీసుకువెడతానని ఈ నా మాట ఆ మునికి చెప్పండి. వెళ్ళివస్తాను అన్నాడు' దుష్యంతుడు. ' మీ రాకకోసం ఎదురు చూస్తూ వుంటాము మహారాజా'అంది ప్రియంవద.

శకుంతల భర్తపాదాలను తాకి, ఆ కాళ్ళను తన చేతులతో పట్టుకుని భయకంపనలు ఒక్కసారే వెల్లువులా వస్తుంటే హృదయం ద్రవించింది. అప్పటిదాకా కన్నీరు పెట్టని శకుంతల.

"మహారాజా! మీ రాకకోసం చూస్తూ ఉంటాను. మీ రాచకార్యాల్లో నన్ను..." అని ఇక మాట్లాడలేకపోయింది. ఆమె కళ్ళు కాలవల్లా వున్నాయి. ఆమెను లేవదీసి కళ్ళు తుడిచి 'నా ప్రియా! శకుంతలా విచారించకు నేను వెంటనే వచ్చి నిన్ను రాజధానికి తీసుకెడతాను. ఇది దుష్యంతుని ప్రతిజ్ఞ' అని ఆమెను అక్కున చేర్చుకున్నాడు.

ఒకరోజు కణ్వాశ్రమం ముందు నిలుచుని నిరీక్షిస్తూ కణ్వా అని పిలిచాడు.

"ఎవరక్కడ? నామిత్రుడు కణ్వుడు ఎక్కడా? ఇక్కడ నన్ను ఎవరూ స్వాగతించరా?" అంటూ శకుంతల కేసి కోపంగా చూస్తున్నాడు.

శకుంతల ఒక ఆసనం మీద కూర్చుని పెరటివైపుకు చూస్తూ తన ప్రియుడు, తన సర్వస్వం తన భర్త అయిన దుష్యంత మహారాజు తనకోసం వచ్చి తనను తీసుకెళతాడు అన్న ఆలోచనలతో మైమరచి దుష్యంతుని తలచుకుని ఊహాలోకంలో విహరిస్తోంది కానీ, ఆశ్రమం ముంగిట నిలుచుని కోపంగా పిలుస్తున్న దుర్వాసమునిని గమనించలేదు.

'నువ్వు నీ... కర్తవ్యం మరిచిపోయావు. ఒక అతిధిని స్వాగతించి చెయ్యవలసిన మర్యాద మరచిపోయావు. నేను ఈ అవమానం భరించలేను.

నువ్వు ఎవరి ద్యాసలోవుండి, నన్ను అవమానించావో! ఆ వ్యక్తి నిన్ను మరచిపోతాడు' అంటూ క్రోధంగా చూస్తున్న మునిని చూసి పరుగున వచ్చి ఆయన పాదాల దగ్గర ప్రణమిల్లి

"శాంతించండి మునివర్యా! శాంతించండి!! మా తప్పులు మన్నించండి! కణ్వమహర్షి కార్యార్థమై వేరే చోటుకి వెళ్ళారు. గౌతమీ మాత అనసూయ కూడా వెళ్ళారు. నేను వనానికి వెళ్ళి ఇదే వస్తున్నాను.

శకుంతలను మన్నించండి. తను ఎప్పుడూ ఎవ్వరినీ బాధ పెట్టదు. ఒక కారణం చేత ఆమె ఆలోచనలో ఉంది. తమరు పూజ్యులు ఆమెను మన్నించమని వేడుకొంటున్నాను" అని నమస్కరిస్తూ ఆయన ముందు మోకరిల్లింది ప్రియంవద. 'నేను నా శాపాన్ని వెనక్కి తీసుకోలేను. కానీ మార్చగలను. ఆ వ్యక్తి ఏ వస్తువైనా శకుంతలకు ఇచ్చివుంటే అది చూసి గుర్తు పడతాడు ' అన్నాడు. 'ధన్యురాలిని మహామునీ తమరు దయామయులు, నాయందు దయతో మా ఆతిథ్యం స్వీకరించండి' అంది ప్రియంవద.

నేను లోనికి రాను అని వెళ్ళిపోయాడు దుర్వాసుడు.

'హమ్మయ్యా! ఆ దుష్యంత మహారాజు ఇచ్చిన వుంగరం 'రాజముద్రిక' వుందికదా! అది చూసి గుర్తుతెచ్చుకొంటాడు, మరిచిపోడు, ఈ శకుంతలను మరిచిపోడు అనుకొంటూ... కొట్టుకుంటున్న గుండెతో పరుగున వెళ్ళి "శకుంతలా, ఏమిటమ్మా! ఇంత పరధ్యానం. కళ్ళు తెరిచే కలలు కంటున్నావా? వాస్తవానికి రా తల్లీ !" అంది ప్రియంవద.

"అక్కా! గురువుగారు వచ్చేస్తున్నారు" అని, కాళ్ళు కడుక్కోవడానికి నీళ్ళు పెడుతున్న శిష్యుని చూసి ప్రియంవదలో కంగారు మొదలైంది. ఆ మాట విన్న శకుంతల తన గదిలోకి వెళ్ళిపోయింది. కణ్వమహర్షికి ఎదురువెళ్ళి పాదాలు కడిగి, నమస్కరించిన ప్రియంవదను చూసి 'ప్రియంవదా! నువ్వు, శకుంతలా కుశలమేనా? శకుంతల ఏది? అన్నారు' కణ్వమహర్షి.

భయకంపితమైన శకుంతలను తడబడు నడకతో "నాన్నగారూ!" అంటూ వచ్చి కాళ్ళకు నమస్కరించింది. తలదించుకుని వుంది. ఆ మహర్షికేసి చూడలేదు. కణ్వమహర్షి తన ఆసనం మీద కూర్చున్నారు. అక్కడ జరిగిన యాగం గురించి అడుగుతున్న విషయాలు శిష్యులకు చెబుతున్నారు.

"శకుంతలా! నేను చాలా ధైర్యం తెచ్చుకుని ఏమీ జరగనట్లు నాన్నగారి ముందు మసలుతున్నాను. నువ్వు దీనవదనంతో కనిపిస్తే ఎందుకు అలా ఉందని తప్పక అడిగేస్తారు. కొంచెం నవ్వుతూ ఉండు' అంది ప్రియంవద.

'వెంటనే వచ్చి కణ్వమహర్షి ఆశీస్సులతో నిన్ను తీసుకొని వెడతాను అన్న దుష్యంత మహారాజు రాలేదు. వర్తమానమైనా పంపలేదు. వస్తారంటావా? రారేమోనన్న భయంతో ఆనందంగా వుండలేకపోతున్నాను' అంది బాధగా శకుంతల.

"శకుంతలా భయపడకు. దుష్యంత మహారాజు తప్పక వస్తారు. నిన్ను తీసుకెడతారు. భయపడకు" అంది ప్రియంవద.

'ప్రియంవదా! శకుంతలా! అని పిలుస్తున్న పిలుపుకు వస్తున్నాను తండ్రీ అని ప్రియంవద వెళ్ళింది.

'ప్రియంవదా! శకుంతల ఇదివరకులా కనిపించడంలేదు. అదోలావుంది. ఎందుకనీ? ఏం జరిగింది? నిర్భయంగా చెప్పుతల్లీ అన్నారు" కణ్వమహర్షి. "నేనేమి చెప్పను తండ్రీ ఇలా అవుతుందను కోలేదు తండ్రీ" అంది ప్రియంవద దీనంగా.

"ఏం జరిగిందీ చెప్పమ్మా!" అన్నారు కణ్వమహర్షి. 'అనుకోకుండా ఒక కార్యం జరిగింది. నా పొరపాటు వల్లనే జరిగింది. క్షణకాలంలో జరిగిపోయింది తండ్రీ' అని భయపడిపోతోంది. నోట మాటరావడం లేదు, కళ్ళనీరు కమ్ముతున్నాయి. "శకుంతలా! ఇలా రా తల్లీ" అన్నారు.

"నన్ను క్షమించు తండ్రీ! అని ఆయన పాదాల మీద పడిపోయింది శకుంతల. ఏం జరిగిందో చెప్పుతల్లీ" అన్నారు శకుంతలను లేవదీసి. భయకంపితురాలై వణికిపోతూ మాట్లాడలేదు.

'నేను చెబుతాను తండ్రీ! జరిగిన విషయమంతా మీకు చెబుతాను మమ్మల్ని మన్నించండి' అంది. చెప్పు ప్రియంవదా అన్నారు కణ్వమహర్షి.

'ఇలలుడు అనే రాజర్షి కుమారుడు దుష్యంత మహారాజు వేటకై వెళ్ళి వేటాడి దాహార్తితో జలాశయాలను అన్వేషిస్తూ, ఈ వనానికి వచ్చి తమను దర్శించుకోవడం కోసం ఆశ్రమానికి వచ్చారు. శకుంతల దుష్యంత మహారాజును అర్ఘ్యపాద్యాసనాలతో అర్చించింది. ఆరాజు ఈమె సేవకు సంతుష్టి చెంది ఈమె రూపానికి మోహితుడై శోభనాంగీ నీపేరేమిటి? నీ రూపం నా మనస్సును హరించింది అంటూండగా అప్పుడే వచ్చి ఆ మహారాజుకు ప్రణమిల్లి మా తండ్రిగారు కార్యార్థమై వేరొక చోటుకు వెళ్ళినారు. మీరు మరొక్కసారి దయచేయండి అన్నాను. ఆ రాజు వెళ్ళిపోయారు.

ఆ మరుసటి రోజు శకుంతల పూలు కోయడానికి వెళ్ళింది. ఆ దుష్యంత మహారాజు ఆమెను అనుసరించి ఆమెను ఒప్పించి గంధర్వవిధి ననుసరించి వివాహం చేసుకొంటుండగా....

నేను వెళ్ళి ఆగండి, ఆగండి అని అరచాను, కానీ ఆ వివాహం జరిగిపోయింది. తండ్రీ! దుష్యంతునికి, శకుంతలకి వివాహం జరిగిపోయింది. తండ్రీ! నన్ను మన్నించండి! అంది ప్రియంవద.

'దైవయోగమో, ఏమో నేను ఆ దుష్యంత మహారాజుకు అర్థాంగి నయ్యాను. మీ అనుమతి లేకుండా జరిగిన దానికి నన్ను మన్నించండి తండ్రీ! క్షత్రియ వంశాభివృద్ధికి ఆశీర్వాదము నందించి అభయమును ప్రసాదించమని ప్రార్థిస్తున్నాను' అంటూ గద్గద కంఠంతో కణ్వమహర్షి పాద కమలాలపై పడి శరణాగతురాలైంది శకుంతల.

కణ్వమహర్షి కొన్ని క్షణాలు కళ్ళు మూసి జరిగిన విషయమంతా హృదయంతో గ్రహించాడు. ప్రసన్న వదనుడైన ఆ తపోధనుడు "కళ్యాణీ! నా పరోక్షంలో నీవు వ్యవహరించిన తీరు ధర్మవిరుద్ధం కాదు. గాంధర్వ వివాహమనేది క్షత్రియ శ్రేష్టమైన ధర్మ విధానము. పరస్పరం

ఆకర్షితులైన స్త్రీ పురుషులు మంత్ర, తంత్ర, రహితంగా రహస్యంగా గాంధర్వ వివాహం చేసుకోవచ్చు అనేది శాస్త్రోక్తధర్మము.

శకుంతలా! దుష్యంతుడు ధర్మాత్ముడు, మహాత్ముడు. అలాంటి ధీమంతుడైన రాజును నువ్వు భర్తగా వరించావు. యోగ్యుడైన వ్యక్తి నీకు భర్తగా లభించినందుకు నాకెంతో సంతోషంగా ఉంది. నీకు పరాక్రమవంతుడైన బిడ్డడు జన్మిస్తాడు. యాచద్భూమండలాన్ని నిష్కంటగా పాలించే ప్రభువుకు తల్లిగా నీ కీర్తి ఆచంద్రార్కం నిలిచిపోతుంది' అన్నాడు కణ్వుడు. తండ్రీ! అని చేతులు జోడించింది శకుంతల. "ప్రియంవదా! నీవు భయపడకు. నీ పొరపాటు ఏమీలేదు. నీ బాధ్యత నీవు సక్రమంగానే నిర్వర్తించావు. అనుకోని సంఘటనలు కొన్నిక్షణాల్లో జరిగిపోయినప్పుడు వాటిని ఆపే ప్రయత్నం చేసినా, ఆ కార్యాలు ఆగక జరిగిపోయినప్పుడు బాధ్యత గల వ్యక్తులకు భయాందోళనలు తప్పవు. నిర్భయంగా వుండు తల్లీ" అన్నారు కణ్వమహర్షి.

ఆనంద బాష్పాలు రాలుస్తూ 'నా ఆందోళనను తొలగించి నన్ను మన్నించారు. తండ్రీ! నేను ధన్యురాలను' అని కణ్వుని పాదాలకు నమస్కరించింది ప్రియంవద. "తండ్రీ ! మీరు ఇంత శాంతవదనంతో నన్ను క్షమిస్తారని, ఇలా దీవిస్తారని నేను అనుకోలేదు. అందుకే ప్రియంవద, నేను భయంతో వున్నాము. మా భయమును తొలగించి మమ్మల్ని దీవించారు. అలాగే నేను భర్తగా పొందిన దుష్యంతుని, అతని సహచర, పరిచర, అనుచర గణాన్ని అనగ్రహించి ఆశీర్వదించండి" అని పలికి సిగ్గుతో తలదించుకుని నుంచుంది శకుంతల.

ఆమెను ఆశ్చర్యంతోను, ఆనందంతోనూ చూస్తోంది ప్రియంవద.

'శుభప్రదా! శకుంతలా! నీ శ్రేయస్సునే సదా కోరుకుంటాను. నీవు ఆనందంగా జీవించాలి. నీకొరకు వారందరినీ నేను అనుగ్రహిస్తాను. కృపాదృష్టితో చూస్తాను తల్లీ! నీవు అకల్మషవు, ఏ పాపము ఎరుగుని దానవు. నీకు ఏవరం కావాలో కోరుకో' అన్నాడు కణ్వమహర్షి.

'పూజ్యపాదా! పురువంశీయులు, ధర్మబద్ధులై రాజ్యపాలనం చేసేటట్లు అనుగ్రహించండి' అని భర్త శ్రేయస్సును దృష్టిలో పెట్టుకుని ప్రార్థించింది శకుంతల.

'బిడ్డా! నువ్వు మహాత్ముడైన దుష్యంతుని అర్ధాంగివి. ఈ క్షణం నుండి పతివ్రతామూర్తురాలైన నారీమణుల బాటలోనే చరించు. నీవు కోరినట్లే పురువంశీయులు ధర్మాత్ములై రాజ్యపాలన చేసేటట్లు ఆశీర్వదిస్తాను' అని ప్రసన్నుడై వరప్రదానం చేసాడు కణ్వమహర్షి.

'గౌతమీ మాత! అనసూయ!' యోగినాథుడు వచ్చి కణ్వమునికి నమస్కరిస్తున్నారు. వారిని చూసిన ప్రియంవద! శకుంతలా! గౌతమి మాత అనసూయ వచ్చేసారు' అంది. ఆనందంగా.

నా కన్నతల్లిని కడసారి చూపుచూసి సాగనంపివచ్చాను "గురువర్యా! తమరులేని టైములో నేను వెళ్ళవలసిన ఆవశ్యతక ఏర్పడింది. శకుంతలా, ప్రియంవదా చిన్నపిల్లలు ఎలా ఉన్నారో అనుకుంటూనే ఉన్నాను. అనసూయని పంపుదామనుకున్నాను కానీ యోగినాథుడు అనసూయ లేకపోతే నాకు అక్కడ చాలా ఇబ్బంది పడవలసి వస్తుందని పంపలేదు" అంది గౌతమి. ఒక్కసారి అలాంటి పరిస్థితులు వస్తాయి గౌతమీ అన్నారు కణ్వముని. శకుంతల, ప్రియంవద గౌతమిని అనసూయను పట్టుకుని 'అమ్మా! ఇన్నిరోజులుండిపోయావమ్మా' అన్నారు.

'ఇంకెప్పుడూ ఎక్కడకీ వెళ్ళను తల్లీ! మిమ్మల్ని వదలి' అంది గౌతమి. దుష్యంతుడు తనపై చూపిన ప్రేమానురాగాలు, తండ్రి తన వివాహాన్ని అంగీకరించి దుష్యంత మహారాజును ప్రశంసించి ఆ రాజుకిచ్చిన దీవెనలు, తలచుకుని ప్రశాంతతతో రాబోవు దుష్యంత మహారాజు కోసం ఎదురుచూస్తూ గౌతమి మాత లాలనలో పసిపాపలా తిరుగాడుతోంది చిన్నారి శకుంతల.

రోజూ వెళ్ళి ఏ చెట్ల మధ్య దుష్యంత మహారాజు తనని భార్యగా స్వీకరించాడో, ప్రదేశంలో నుంచొని ఆ పరిణయాన్ని జ్ఞాపకం చేసుకుని, ఆ ఉంగరం చూసుకుని తనలో తానే మాట్లాడుకుంటోంది. ఆ శకుంతలను చూసి గౌతమి మాత మంచుశిలలా కరిగిపోతోంది. ఏమీ చెయ్యలేని అసహాయస్థితి ఆమెను కృంగదీస్తోంది. రోజూ సూర్యోదాయానికే లేచి తిరుగాడే శకుంతల ఈరోజు ఇంకా లేవలేదేమిటి అనుకున్న గౌతమి, శకుంతల గదిలోకి వెళ్ళింది. నిండుగా కప్పుకొని ముడుచుకొని పడుకొని మూలుగుతున్న శకుంతలను చూసి గౌతమికి గుండె ఆగినట్టయ్యింది. కొంత తేరుకుని శకుంతలా! లేవలేదేమ్మా అని ముసుగుతీసింది. శకుంతల కళ్ళు తెరచింది. ఆ కళ్ళు ఎర్రగా ఉన్నాయి. కళ్ళు మూసుకుని మళ్ళీ కప్పుకుని మూలుగుతోంది.

శకుంతలా! చలిగా వుందా? అంది ఉ... ఉ... అంది. గౌతమీ మళ్ళీ ముసుగు తీసి ఆమె నుదురు మీద చెయ్యివేసి చూసింది. వేడిగా కాలుతోంది. అమ్మా శకుంతలా జ్వరం వచ్చింది తల్లి అని ఆమెను తన ఒళ్ళోకి తీసుకుంది గౌతమి.

వైద్యుడు "శకుంతల నాడి పరిక్షించి ఈమె గర్భవతి, కణ్వమహర్షి మీ బిడ్డ తల్లికాబోతుంది" అన్నాడు.

"మంచిమాట సెలవిచ్చారు. మాకు చాలా ఆనందం కలిగే మాట సెలవిచ్చారు." అన్నాడు కణ్వుడు.

"దుష్యంత మహారాజు భార్య అయిన మా శకుంతల తల్లికాబోతుందా? ఎంత మంచిమాట చెప్పారు. ఇంత మంచి మాట చెప్పిన మీకు ధన్యవాదాలు" అంది గౌతమి.

ఒకరోజు 'అతిథిముని' కణ్వాశ్రమానికి వచ్చాడు. ఆయనను స్వాగతించి సాదరంగా ఆహ్వానించారు కణ్వమహర్షి.

"ఈ మధ్యకాలంలో మీరు మా ఆశ్రమానికి రాలేదు ఏ కారణం చేత రాలేదో? తెలుసుకుందామని ఒకసారి మీ దర్శనం చేసుకుందామని వచ్చాను. తమరు కుశలమేనా? అందరూ క్షేమమేనా?" అన్నాడు అతిథిముని.

"ఆ... ఆ... అంతా కుశలమే!" అన్నాడు కణ్వ మహర్షి ముక్తసరిగా. "స్వతంత్రించి అడుగుచున్నాను. మీ వదనంలో ప్రసన్నత కనిపించడం లేదు. ఏదో దిగులు చోటుచేసుకుంది. కారణం తెలుపగలరా?" అన్నాడు అతిథి ముని. "కారణం, కారణమంటే బంధాలు పెంచుకోవడమే విషాదానికి కారణం అలా అని నేను చేసింది ఏమీ లేదు. అయినా తప్పటం లేదు" అన్నాడు కణ్వమహర్షి.

"గురువర్యా మీకు వచ్చిన సమస్య ఏమిటి? ఎందుకు మీరు కలత చెందుతున్నారు. నాకు తెలియజేస్తే తోచిన సలహా చెప్పడమే కాక చెయ్యగలిగిన సహాయం కూడా చేస్తాను. తమరు సందేహించక నాకు తెలియజేయండి" అన్నాడు అతిథి ముని.

"చెబుతాను మిత్రుడువైన నీకు చెబితే నా మనసు కొంత తేలిక పడుతుందేమో" అన్నాడు కణ్వమహర్షి.

"చెప్పండి గురువర్యా!" అన్నాడు అతిథిముని.

"ఇటీవల నేను శిష్యులను తీసుకుని నైమిశారణ్యంలో కొంతమంది మునులు లోక కళ్యాణార్థం యాగాలు, యాజ్ఞలు హోమాలు చేయాలని నిర్ణయించికొని ఆ కార్యక్రమ బాధ్యత మీరు వహించాలి అన్నారు శిష్యులతో నేను వెళ్ళాను.

అప్పుడు దుష్యంత మహారాజు! నా దర్శనార్థమై ఆశ్రమానికి వచ్చి శకుంతలను చూసి మోహితుడై మా తండ్రి వచ్చేవకు ఆగండన్నా వినకుండా ఆమెను ప్రలోభపరచి గాంధర్వ విధిన వివాహం చేసుకున్నాడు. వెంటనే వచ్చి మీ తండ్రిగారిని ఒప్పించి ఆయన ఆశీస్సులు పొంది నిన్ను రాజధానికి తీసుకెడతాను అని చెప్పి వెళ్ళినాడట. ఏ కారణం చేతనో ఇంతవరకూ రాలేదు.

కొద్ది రోజుల క్రితం జ్వరంతో బాధపడుతున్న శకుంతలను వైద్యుని రప్పించి చూపిస్తే నాడి పరీక్ష చేసి ఈమె గర్భవతి అని చెప్పాడు, ఆ మాట విన్న శకుంతల చాలా ఆనందించింది. నేను గౌతమి అంతా ఆనందించాము. రోజులు గడుస్తున్నాయి. శకుంతల గర్భవతి అన్న ఆనందంతో పాటు ఆవేదన కూడా ఉంది. దుష్యంత మహారాజు రాలేదు కబురైనా పంపలేదు. రోజు లేచింది మొదలూ దుష్యంతుని రాకకై ఎదురు చూస్తోంది శకుంతల. ఆ చిన్నారి శకుంతలను చూస్తే నాకు వేదన కలుగుతోంది. ఇప్పుడేమి చేయాలో తోచడం లేదు. విధివిలాసం ఎలా వుందో? ఏమి జరగనుందో? చూస్తూ వుండడమే ఏమి చెయ్యగలం" అన్నారు కణ్వముని.

"నాకు ఒక విధంగా చేయడం మంచిదనిపిస్తోంది. చెప్పమంటారా" అన్నాడు. అతిథిముని. "నేను గౌతమి మాత ఇంకో ఇద్దరు శిష్యులు శకుంతలను తీసుకుని ఆ దుష్యంత

మహారాజు దగ్గరకు వెళ్ళి అప్పగించి వస్తాము. దుష్యంతుడు సహృదయుము గలవాడు, శకుంతలను స్వీకరిస్తాడు. ఈ పరిస్థితిలో శకుంతలను ఆ రాజు దగ్గర ఉండడమే మంచిది" అన్నాడు అతిథిముని.

"అలాగ చేయడమే మంచిదని నాకు అనిపిస్తోంది" అన్నారు కణ్వముని.

"గురువర్యా! చాలా కాలంనుంచి ఒక విషయం అడగాలని అనిపించేది. అదే, శకుంతల పసిపిల్లగా ఉన్నప్పటి నుంచి మిమ్మల్ని అడుగుదామని అనుకొని ధైర్యం చాలక ఊరుకున్నాను. ఇప్పుడు మీరు నాకు తెలియజేస్తే వినాలని ఆశిస్తున్నాను. దయుంచి చెప్పండి ఈ సౌభాగ్యవతి! శకుంతల ఎవరు?" అని అడిగాడు అతిథిముని.

"అతిథి మునీ! ఈ శకుంతల ఎవరు అన్న విషయం తెలుసుకోవాలని ఉందా నీకు, అయితే చెబుతాను విను" అన్నారు కణ్వమహర్షి.

"ఒకనాడు నేను స్నానార్థమై మాలినీ నదికి చేరుతున్నాను. పక్షుల కలకలము, పసిబిడ్డ రోదన వినిపిస్తున్నాయి. విపరీతంగా ఎగురుతూ తిరుగుతున్న పక్షుల వైపుకు నడిచాను. కూ... కూ... అంటూ కొన్ని పక్షులు చేసే శబ్దం పసిబిడ్డ ఏడ్పు విన్నాను. అక్కడ శకుంతల పక్షుల చేత రక్షింపబడుతుండడం చూసాను. వెంటనే ఆ పక్షులు వచ్చి, నా పాదాలపై పడ్డాయి.

"మహాత్మా! ఈ బిడ్డ ఎవరో కాదు నీ మిత్రుడు విశ్వామిత్రునికి మేనక ద్వారా కలిగిన సంతానము, దయామయులైన తమరు అనాధయైన ఈ బిడ్డను మీ పుత్రికగా స్వీకరించండి" అని పలికాయి. "సర్వప్రాణుల భాషలను, భావాలను ఎరిగిన నేను ఆ పక్షులతో అలాగే పెంచుతాను నా బిడ్డగా పెంచుతాను" అని వాటికి అభయమిచ్చి, ఆ బిడ్డను తెచ్చి బిడ్డగా పెంచి ఆ శకుంత పక్షులు రక్షించి నాకప్పగించాయి కనుక శకుంతల అని పేరు పెట్టాను.

"అనాధగా రోధించిన ఈ పనిబిడ్డ జననం వెనుక జరిగిన కార్యం అంతా తెలుసుకొన్నాను. అప్పటి నుంచీ నా బిడ్డగా పెంచుతున్నాను" అన్నాడు. కణ్వమహర్షి

"శకుంతల జననం వెనుక జరిగిన కార్యం అంతా మీరు తెలుసుకున్నారు. ఆ కార్యం నాకు తెలియజేయండి" అన్నాడు అతిథిముని.

విశ్వామిత్రుడు ఘోర తపస్సును ఆచరిస్తున్న సందర్భమది. ఆయన కఠోర తపోమహిమను గాంచి, సురనాధుని మనస్సు విచలితమైంది. తన సభలోని అప్సరసలలో శ్రేష్ఠురాలైన మేనకను పిలిచి, మేనకా! సుందర సుషమాన్విత కోమలాంగీ; శుభాంగీ! ప్రచండ గ్రీష్మభాను సదృశ తేజోవంతుడైన విశ్వామిత్రుడు కఠోర తపస్సును చేస్తున్నాడు. అతని తపస్సు ఫలిస్తే నా పదవి ఊడిపోతుందని భీతి చెందుతున్నాను. విశ్వామిత్రుని తపస్సును భంగమొనర్చే కార్యాన్ని నీపై ఉంచుతున్నాను. కళ్యాణీ! నాకు నీవే శ్రేయస్సును కలిగించాలి" అన్నాడు దేవరాజు.

"సురగణేశ్వరా! విశ్వామిత్రుడు గొప్ప తపస్వి, తేజస్వి, అతిక్రోదుడు కూడా... ఇవన్నీ మీకు తెలియనివి కావు. అవి తెలియబట్టే అతని పట్ల మీరు భయకంపితులవుతున్నారు, అలాంటి వ్యక్తి ముందు నిర్భయంగా చరించి వ్యవహరించడం నాకు సాధ్యమా ప్రభో!"

"హే పురంధరా! పూర్వము వశిష్ట మహర్షి నూరుగురు పుత్రులను బలితీసుకున్నది విశ్వామిత్రుని క్రోధమే కదా. తన స్నాన సౌలభ్యం కోసం కౌశికి నదిని సృష్టించిన వాడు విశ్వామిత్రుడే కదా! స్వర్గానికి ప్రతిగా త్రిశంకు స్వర్గాన్ని సృష్టించడం, గగన తారలపై కినుక వహించి ప్రతిశ్రవణము అనే మరియొక నక్షత్ర మండలాన్ని సృష్టించడము అందరికీ తెలిసిన విషయమే గదా! సురేశ్వరా మీ ఆజ్ఞను నేను తిరస్కరించడంలేదు. ఎందుకో విశ్వామిత్రుడు అనే సరికి నాగుండె శక్తికి మించి కొట్టుకుంటోంది. తపోధనుడైన ఆ మహర్షి ముఖం అగ్ని సదృశతేజంతో ప్రజ్వలిస్తూ వుంటుంది. ఆయన నేత్రద్వయం సూర్యచంద్రులను చూపిస్తూ వుంటుంది. ఆయన నాలుక యమధర్మరాజు జిహ్వను పోలి ఉంటుంది. ఆయనను స్పృశించడం నాలాంటి స్త్రీకి సాధ్యమా?

సురనాథా! మహేంద్రా! విశ్వామిత్రుడు అసమాన పరాక్రమవంతుడు, ఆయన తేజస్సుతో లోకాలనే దగ్ధం చేయగలడు. కాలితో త్రొక్కి భూమిని వణికింపచేయగలడు. మహామేరుపర్వతాన్ని చిన్నదిగా మార్చేయగలడు. అవసరమైతే దిక్కులనే అటుఇటు త్రిప్పగలడు. అటువంటి మహాతపశ్విని సృజించడం అంటేనే... భయంగా వుంది" అంది మేనక.

"మేనకా! భీతిచెందకు కార్యాన్ని జయప్రదం చేసుకురా!"

"దేవేంద్రా! మీ ఆజ్ఞకు కట్టుబడి పెద్దపులి నోట్లో తలపెడుతున్నాను. భయంకరమైన నాగరాజు తోక త్రొక్కుతున్నాను. నన్ను రక్షించే బాధ్యత మీదే. అతడు నన్ను బూడిద చేయకుండా మీరే కాపాడాలి"

అసురారీ! అక్కడ నేను ఎలా ప్రవర్తించాలో ఆదేశాలివ్వండి, నిరపాయంగా బయటపడే మార్గాన్నిసూచించండి. ఆ మహర్షి ముందు హావభావవిన్యాసాలను ప్రదర్శిస్తూ నేను నర్తించే సమయంలో వాయుదేవుడు నాకు తోడుగా వుండి, అనుకూల పరిస్థితిని గ్రహించి, పై తెరను తొలగించాలి. సుగంధ భరితంగా వీచి మహర్షి మనసులో మత్తును కలిగించాలి. మన్మధుడు వెంటే ఉండాలి. మా ఇరువురిపైనా పూలబాణాలు అదేపనిగా విడుస్తూ వుండాలి" అని కోరింది మేనక. ఇంద్రుడు అంగీకరించి, తదనుగుణంగా ఆజ్ఞాపించాడు. వాయు, మధనులను వెంటబెట్టుకుని విశ్వామిత్రుని ఆశ్రమం వైపు నడక సాగించింది.

వాయుదేవుని వెంటబెట్టుకొని మేనక విశ్వామిత్రుని ఆశ్రమం సమీపించింది. విగతకల్మషుడైన విశ్వామిత్రునికి వినమ్రంగా నమస్కరించింది. ఉత్తమ వయోరూపలావణ్యాలతో, సౌందర్య సంపన్నురాలైన మేనక, మధురహావభావాలతో, సరస నృత్య భంగిమలను అభినయిస్తూ క్రీడించసాగింది.

అతిలోక సుందరి మేనక అందచందాలను ఒలకబోస్తూ వయ్యారంగా నర్తిస్తూ విశ్వామిత్ర మహర్షికి నమస్కరించే భంగిమను అభినయించగానే, కాలానికై కాచుకొనియున్న వాయుదేవుడు వాటంగా వీచి మేనక మేనుపై ఉండిలేనట్లు చిన్న వెన్నెల వంటి శ్వేత వస్త్రాన్ని దూరం చేశాడు. క్రిందపడ్డ పైటను గ్రహించుటకు వగలొలకబోస్తూ, విచిత్ర భంగిమ ప్రదర్శిస్తూ మేనక వంగింది.

విశ్వామిత్రుని కళ్ళు తెరచుకున్నాయి. మహర్షి నాసాపుటాలను విందుచేస్తూ వాయుదేవుడు సుగంధ వాయువుల్ని వీచసాగాడు. ఇదే అదనుగా భావించి మధనుడు పూలబాణాలను సంధించి గిలిగింతలు పెట్టాడు. కామవికారంతో మత్తెక్కిన మహర్షి చిత్తము ఆలస్యాన్ని భరించలేకపోయింది మహర్షి తన మునివేళ్ళతో మేనకను రమ్మని ఆహ్వానించాడు. వాయువేగంతో వచ్చిన వనిత వశిష్ఠుని ఒడిలో వాలిపోయింది. మేనును మేనకకు హారతి కర్పూరంలా అర్పించేశాడు తపోధనుడైన విశ్వామిత్ర మహర్షి.

సహనశీలుడై, ఎంతోకాలం తపస్సు చేసి సంపాదించిన శక్తిని, కామక్రోధాలను జయించలేని కారణంగా విశ్వామిత్రుడు వృధా చేసుకొన్నాడు. మాలినీ నదీతీరంలో, హిమాలయ పర్వత శ్రేణుల్లో మేనకా విశ్వామిత్రుడు యధేచ్చగా విహరించి దినమొక క్షణంలా గడిపి, ఒక బిడ్డకు జన్మను ప్రసాదించారు. వచ్చిన హైందవ స్త్రీలు.

కార్యం నెరవేరినందుకు సంతసించిన మేనక పురిటి బిడ్డను 'మాలినీ' నదీతీరంలో విడిచి వెళ్ళిపోయింది. అమరావతిలో మహేంద్రుని ప్రశంసల నందుకొని సంతసించింది. తప భంగము కలిగినందుకు చాలా విచారించి, తిరిగి తపస్సుకు వెళ్ళిపోయాడు విశ్వామిత్ర మహర్షి. జన్మదాత, ప్రాణదాతా, అన్నదాత ఈ ముగ్గురు పితృతుల్యులేనని ధర్మశాస్త్రము. ఈ విధముగా శకుంతల నా పుత్రిక అయింది. ఆమె కూడా నన్ను తండ్రిలాగనే భావిస్తోంది. ఇప్పటి వరకూ ఇలా కాలం గడచింది. ఇప్పుడు ఏమి జరగనుందో?

“శకుంతలకు తన జన్మ రహస్యం తెలిసిందా? గురువర్యా” అన్నాడు అతిథి మహర్షి.

ఈ విషయాలు ఏమీ శకుంతలకు తెలియవు. తల్లి గురించి ఏనాడూ అడగలేదు అన్నాడు కణ్వమహర్షి. “ఇన్ని విషయాలు తెలిసినా అన్నీ గుండెల్లో దాచుకున్నారు. శకుంతలను పెంచి పెద్ద చేసారు. ఇప్పుడు శకుంతలను దుష్యంత మహారాజు దగ్గరకు పంపించితే మీ బాధ్యత తీరిపోతుంది. మీకు సంతోషం కలుగుతుంది. ఆ రాజు దగ్గర వుంటే ఆమెకు ఆనందం కలుగుతుంది. ఆ బాధ్యత నేను స్వీకరిస్తాను గురువర్యా అన్నాడు?" అతిథి ముని.

శకుంతల కణ్వమహర్షిని సమీపించింది బరువెక్కిన గుండెతో పాదాలకు అభివాదం చేసింది. “తండ్రీ! అజ్ఞానం వల్ల గాన మీరు తండ్రనే చనువు వల్లగానీ, అసత్యాలు పలికి వుంటే, అనర్థాలు తెలిసి వుంటే నన్ను మనస్ఫూర్తిగా మన్నించండి. మీకు ఇష్టంలేని పనులు తెలియక చేసి

వుంటాను. అప్రియ వాక్యాలు వినిపించి వుంటాను నన్ను మీ బిడ్డ శకుంతలను క్షమించి దీవించండి" అని పాదాలపై పడింది శకుంతల.

మహర్షి మారుపలకలేదు. ఆయన కంఠం గద్గదమయ్యింది. శరీరం కంపించింది. నేత్రాలు నిండి పొరలిన అశ్రువులు చెక్కిళ్ళపై పారుతున్నాయి. మహాతపస్సంపన్నుడు, ప్రపంచాన్నే తృణప్రాయంగా భావించగలిగే మహిమాన్వితుడైన మహర్షి, శకుంతల ఆశ్రమం నుండి అత్తవారి ఇంటికి వెళ్తూ వుంటే, సాధారణ తండ్రుల వలె భరించలేని శోకంతో, బాధపూరిత హృదయంతో తలెత్తి చూడలేక భూదేవిని దర్శిస్తూ నిశ్చేష్టుడై నిలబడిపోయాడు కణ్వుడు.

మునిజనులు వెంటరాగా గౌతమీ మాత, అతిథిమునితో కలసి ప్రియంవదను అనసూయనూ, వదల్లేక బాధపడుతూ, కన్నీళ్ళు తుడుచుకుంటూ తండ్రిని చూస్తూ కదిలిపోయింది శకుంతల.

మహారాజా! కణ్వమహర్షి ఆశ్రమం నుంచి కొంతమంది తమ దర్శనం కోరుతున్నారు.

"ప్రవేశపెట్టండి" అన్నాడు దుష్యంతుడు.

"దుష్యంత మహారాజా! ప్రణామాలు. కణ్వ మహర్షి ఆజ్ఞతో ఆయన కుమార్తె అయిన ఈ కళ్యాణిని మీ దగ్గరకు తీసుకువచ్చాను" అని సిగ్గుతో గౌరవంతో తలదించుకుని గౌతమీ ప్రక్కన నిలుచున్న శకుంతలను ఆ రాజు దగ్గరకు తీసుకు వెళ్ళాడు.

"మేలి ముసుగుదీసి దుష్యంతుని కేసి చూసి ప్రభూ... కరుణించండి" అని నమస్కరించి తలవంచుకుని నిలబడింది శకుంతల ధర్మచింతనాపరుడైన దుష్యంతుడు 'వరవర్ణినీ!' "నీవు ఏ కార్యం కొరకు వచ్చావో చెప్పు దానిని తప్పక నెరవేర్చుతాను" అన్నాడు.

"ప్రభూ! మీ రాకకోసం ఎదురు తెన్నులు చూస్తున్న నన్ను మా తండ్రి దుష్యంత మహారాజు ఏ రాచకార్యం వల్ల తీరిక లేక రాలేదోనని మీ దగ్గరకు పంపగా వచ్చితిని ప్రభూ! మీ అనుమతి లేకుండా వచ్చినందుకు నన్ను మన్నించండి" అని వంగి నమస్కరించింది.

"లతాంగీ! ఎవరు నువ్వు నా కోసం ఎందుకు ఎదురు చూసావు, నువ్వెవరో ఎందుకిలా మాట్లాడుచున్నావో నాకు తెలియడం లేదు" అన్నాడు దుష్యంతుడు.

"ప్రభూ! మీరు గాంధర్వవిధిని వివాహమాడిన మీ అర్ధాంగిని శకుంతలను తొందరగా వచ్చి నిన్ను రాజధానికి తీసుకెడతాను, ఇది దుష్యంతుని ప్రతిజ్ఞ అని పలికిన మాట మరచినారా ప్రభూ!" అంది శకుంతల.

"లతాంగీ! నీతో ధర్మబద్ధమైన కామ సంబంధం వున్నట్లు నాకు జ్ఞాపకం లేదు. అప్రస్తుత ప్రసంగాలు ఆపి నీవు వెళ్ళవచ్చును" అన్నాడు. దుష్యంతుని మాటనాలకించిన శకుంతల కొన్ని క్షణాలు దిగ్భ్రాంతి చెంది నిశ్చేష్టురాలైంది. బాధతో గుండె బరువెక్కింది. క్రోధంతో కళ్ళు ఎర్రబారాయి. పెదవులు కంపించాయి. చూపులతోనే కాల్చేస్తుందా అన్నట్లు రాజువైపు చూసింది.

"మహారాజా! మీరేనా ఇలా మాట్లాడేది? ఎవడో ప్రాకృతుడు మాట్లాడినట్లు మాట్లాడుతున్నారేమిటి? నేను మిమ్మల్ని ఇలా ఊహించలేదు. నిజానిజాలు మీ అంతర్మాతకే తెలుసు. నీ మనస్సాక్షిగా చెప్పు ఆంతర్యంలో ఒక విధంగానూ బాహ్యంలో మరొక విధంగానూ ప్రవర్తించువారు పాపులు, చోరులు, ఆత్మవంచనకు పాల్పడకండి.

మహారాజా! నా అంతట నేనుగా వచ్చానని చులకన చేయకండి నన్ను అవమానించుట మీకు తగదు" అంది శకుంతల.

"కోమలాంగీ! నీ ప్రసంగం ఆపు. నిన్ను నేను చులకన చేయలేదు. నిన్ను నేనెప్పుడూ చూడలేదు." అన్నాడు దుష్యంతుడు.

"మహారాజా! ఏకాంతములో జరిగిన విషయం నాకు తప్ప మరెవరికి తెలుస్తుందిలే అని భావించడం పొరపాటు, అన్నిటినీ గమనిస్తున్న పురాణ పురుషుడు, పుణ్యశ్లోకుడైన పరమేశ్వరుడు, హృదయంలోనే ఉన్నాడు అనేది మరచిపోయి నువ్వు మాట్లాడుచున్నావు. కర్మసాక్షియైన పరమేశ్వరుడు చూస్తున్నపుడే నీవు పాపకర్మలాచరిస్తున్నావు.

సత్యవాదులను దుఃఖమెన్నడూ సమీపించదు. సత్పురుషులైన వారికి మేలు చేసేది ధర్మమొక్కటే. తప్పుచేసే ప్రతి ఒక్కడూ పిల్లిపాలు త్రాగినట్లు తనను ఎవ్వరూ చూడటం లేదని భావిస్తాడు. కానీ మహారాజా! మనిషి చేసే పాపాన్ని దేవతలతో పాటు హృదయాంతర్యామియైన పరమేశ్వరుడు, సూర్యచంద్రులు, వాయువు, భూమ్యాకాశాలు, జలము హృదయము, యమధర్మరాజు, రాత్రింబవళ్ళు, ఉభయ సంధ్యలు, ముఖ్యంగా ధర్మము వీక్షిస్తూనే ఉన్నాయని" ధర్మప్రసంగం చేసింది శకుంతల.

మహాత్ముడైన కణ్వుని ఆశ్రమంలో నిత్యాగ్నిహోత్ర సాధ్యాయ ప్రవచనముల ప్రభావంతో పెరిగిన శకుంతల పలికిన పవిత్ర వాక్యాలు సర్వులకు, సర్వకాలాలకు, ప్రాతః స్మరణీయ వచనాలు.

"సుశ్రోణి! పౌరవంశంలో ఉద్భవించిన మాకు క్షత్రియ స్త్రీలకన్నా అన్యులైన వారియందు మనస్సు లగ్నం కాదు. బ్రాహ్మణ స్త్రీలను, మనస్సు పొరబాటున కూడా కాంక్షించదు. నీవు కణ్వమహర్షి బిడ్డనంటున్నావు. నేను నిన్ను మోహించి వివాహం చేసుకునే అవకాశం లేదు" అన్నాడు దుష్యంతుడు.

శకుంతల ఎంతగా చెబుతున్నా సహేతుకంగా వివరిస్తున్నా, సశాస్త్రీయంగా, ప్రమాణికంగా భాషిస్తున్నా, దుష్యంతునిలో ఏవిధమైన పరివర్తన కనిపించలేదు. శకుంతల పలికినదంతా అరణ్యరోదనగానే మిగిలిపోయింది. దుష్యంతుని మనస్సు మార్చే ప్రయత్నంలో ప్రభువుకు తనతో వున్న పూర్వజ్ఞాపకాలను స్మృతికి తెచ్చేందుకు ఉపక్రమిస్తూ తన జన్మ రహస్యాన్ని తెలిపేందుకు...

మహారాజా! బ్రహ్మదేవుని అనుగ్రహం వల్ల జన్మించిన మేనక నా తల్లి మహాతపస్వియైన విశ్వామిత్రుడు నా తండ్రి సర్వోత్తమురాలైన తల్లిని, అగ్ని సమానుడైన తండ్రిని పొందిన నేను బ్రహ్మవరిష్ఠుడైన, తపోనిష్ఠాగరిష్ఠుడైన కణ్వమహర్షి పాలనలో పెరిగాను. శకుంత పక్షులు కాపాడినందున నాకు శకుంతల అని పేరు పెట్టారు. కంటికి రెప్పలా పెంచారు. నా తండ్రి కణ్వమహర్షి, నాకు ఈ విషయం మొన్ననే తెలిసింది. మీరు మా ఆశ్రమానికి వచ్చి నన్ను చూసిన క్షణం నుంచి, మిమ్మల్ని మీరు మరచిపోయారు, నేను వలదని వారించినా, వినకుండా ధర్మార్థాలను ప్రస్తావిస్తూ, గాంధర్వ విధిని నన్ను పరిణయమాడారు. సత్యవాక్కులు వినిపించారు. మనస్ఫూర్తిగా ఇష్టపడి మీరు వివాహమాడిన మీ భార్యను, నేనూ మనస్ఫూర్తిగా మిమ్మల్ని భర్తగా స్వీకరించాను. జరిగిన విషయాలు అన్నీ తెలుసుకున్న మా తండ్రి, గర్భవతివైన నీవు నీ భర్త దగ్గర ఉండాలి దుష్యంత మహారాజు దగ్గరకు నిన్ను చేర్చడం నా బాధ్యత అని నన్ను పంపించారు. మహారాజా మీరు మన వివాహ సమయంలో పంచభూతాల సాక్షిగా నేను నిన్ను నా అర్ధాంగిగా స్వీకరిస్తున్నాను అని మీరు నా వ్రేలికి తొడిగిన రాజముద్రిక చూడండి అని తన చేతిని రాజు ముందు పెట్టి చూపింది శకుంతల.

"శకుంతలా! చాలు చాలు నీ ప్రగల్భాలు, అబద్ధాలు ఆడడంలో ఆడవాళ్ళు అగ్రగణ్యులు ఏదీ? ఉంగరం చూపించు" అన్నాడు దుష్యంతుడు.

శకుంతల తన చేతిని చూసుకొని విభ్రాంతి చెందింది. నోటమాటరావడం లేదు. కళ్ళు నీళ్ళు కారుతున్నాయి. "ప్రభూ! మన్నించండి. మీరు ఇచ్చిన ఉంగరం ఎక్కడ జారిపోయిందో! నేను గమనించలేదు. నేను వచ్చేటప్పుడు గుర్తుగా ధరించే వచ్చాను. మహారాజా! నా మాట నమ్మండి" అంది శకుంతల.

"అప్సర స్త్రీయైన నీ తల్లి మేనక ఒక కులతలాగ నిన్ను కనిపడేసింది. తపోధనుడై యుండి కూడా కామవశుడైన విశ్వామిత్రుడు నీ తండ్రి. అలాంటి వారికి జన్మించిన దానవు కాబట్టి నువ్వు కూడా వేశ్యలాగ తెగించి మాట్లాడుతున్నావు. పైగా గర్భవతినని చెబుతున్నావు. ఇలా మాట్లాడడానికి నీకు సిగ్గుగా లేదా? విశేషించి సభలో ఇలా పలవరిస్తున్నావు, ఇది చాలు నీ ప్రాతివత్యాన్ని ఎండగట్టడానికి. ఇంకా నిలబడ్డావేమి? వెళ్ళు విశ్వామిత్రుడు ఎక్కడ? మేనక ఎక్కడ? నీవు ఏమిటి ఇన్ని అబద్ధాలు చెప్పడమేమిటి? నీలాంటి నీచమైన స్త్రీని ఎక్కడా చూడలేదు. నువ్వు చెప్పేవి ఏవీ నాకు తెలియదు. నిన్ననే నెరుగను. ఇక నువ్వు నీ ఇష్టమొచ్చిన చోటుకి వెళ్ళవచ్చు" అన్నాడు దుష్యంతుడు.

"దుష్యంత మహారాజా! నేను అసత్యాలు పలికి మిమ్మల్ని ఒప్పించి, ఇక్కడ ఉండాలనుకోవడం లేదు. నేను అసత్యాలు పలకడం లేదు. సత్య ధర్మాలను తెలుసుకుంటూనే పెరిగాను. మహారాజా వంద నూతులు కన్నా ఒక్క దిగుడు బావి శ్రేష్ఠము. వంద దిగుడు బావులకన్నా ఒక్క యజ్ఞము శ్రేష్ఠము. నూరు యజ్ఞములకన్నా ఒక్క పుత్రుడు ఉత్తమము. రాజా! వంద మంది పుత్రులకన్నా సత్యము శ్రేష్ఠము. సర్వ వేదాధ్యయనాలు, సమస్త తీర్థయాత్రలు సత్య వచనములుతో సరితూగలేవు, సత్యమునకు సరియగు ధర్మము మరొకటి ఉండదు. సత్యమును మించి శ్రేష్టమైనది మరొకటి లేదు. అలాగే అసత్యము కన్నా దారుణమైనది కూడా మరొకటి ఉండదు.

రాజా! వెయ్యి అశ్వమేధాల ఫలితాలను ఒక వైపు, సత్యపాలన ఫలాన్ని మరొకవైపు త్రాసులో ఉంచి తూచితే, సత్యమే బరువు తూగుతుంది. సత్యము పరబ్రహ్మ స్వరూపము. సత్యమే ఉత్తమమైన వ్రతము. నేను సత్యమే చెబుతున్నాను. నేను చెప్పే సత్యాన్ని అసత్యంగా భావిస్తున్నారు. మహారాజా! మీరు ధర్మం తప్పి ప్రవర్తిస్తారా! మీలాంటి ఉత్తమ క్షత్రియులు ప్రవర్తించవలసిన తీరు ఇదేనా! ప్రభూ నిరపరాధినైన నన్ను అనాథను చేయకండి" అని ప్రాధేయపడినా, ఆ రాజులో మార్పురాలేదు.

"మహారాజా! పూర్వ జన్మంలో నేను ఏ పాపం చేసానో బాల్యంలో తల్లిదండ్రులు వదిలేశారు. ఇప్పుడు మీరు త్యజించారు. రాజా! ఇంతగా చెప్పినా మీ మనస్సు మారకపోతే, నేను వెళ్ళిపోతాను. మీరు మరచిపోయేరేమోనని ఇంతగా చెప్పాను. తప్పులుంటే మన్నించండి ప్రభూ! నేను పలుకలేదు. ఈ ఒక్క మాట వినండి.

నా తల్లి మేనకను పరిహసించారు, ఆవిడ దేవకన్య! ఆమె కనుచూపుల్లో తిరుగుతారు దేవతలు. అన్నీ తెలిసిన మీరు ఇలా మాట్లాడతారనుకోలేదు. ఎంతో ఆశతో మీ దగ్గరకు వచ్చాను. నన్ను కరుణించండి ప్రభూ" అంది శకుంతల. మౌనంగా వున్న దుష్యంతునితో అతిథి మహర్షి లేచి "దుష్యంత మహారాజా సెలవు" అన్నాడు. "మంచిది మహర్షి వెళ్ళిరండి' అన్నాడు దుష్యంత మహారాజు.

'మనసారా నన్ను వలచి వరించి, నా మనస్సు హరించి, నా భర్త అయిన ఈ మహారాజుని ఇంక చూడలేనేమో ఇదే కడసారి చూపవుతుందేమో? నన్నెందుకిలా చేసాడుదన్న క్రోధం, నేనెందుకు మోసపోయాను అన్న బాధ, జీవితం మోడైపోతోందే అన్న బెంగ అన్నీ కలసి కంటిధారలుగా వస్తుండగా నోరు మెదపలేక చేతులు జోడించి దుష్యంతునకు నమస్కరించి, వెనుతిరుగుతూ సభలోని వారందరికీ క్షమాపణగా శిరస్సు వంచి చేతులు జోడించింది. గౌతమి జబ్బ పట్టుకుని నడిపిస్తుంటే నడచి వెళ్ళిపోయింది శకుంతల.

గౌతమి ఎర్రబడ్డ కళ్ళతో గంభీరంగా చూస్తూ "శంకుతలా! విలపించకు ఊరడిల్లు. కాలం ఎప్పుడూ ఒక్కలా ఉండదు. మన ఆశ్రమానికి వెళ్ళిపోదాం" అంది. "కణ్వాశ్రమానికి నేను రాను

మాతా, రాలేను. ఈ అవమానాన్ని భరించే స్త్రీ శక్తి నాకు లేదు. దుష్యంతుడు ఆడిన మాటలు నన్ను ఈటెల్లా బాధిస్తున్నాయి. ఈ బాధ భరిస్తూ నేను బ్రతకలేను, నేనింక బ్రతకలేను ప్రాణాలు విడిచేస్తాను కానీ, మళ్ళీ తండ్రి దగ్గరకు రాలేను" అంది శకుంతల. "అలా అనకు శకుంతలా" అంది గౌతమి. "ఈ జరిగిన విషయం తెలిసి పూజ్యులైన నా తండ్రి వేదన చెందుతారు. ఏ తండ్రికీ ఈ పరిస్థితి రాకూడదు. ఆ వేదన నేను చూడలేను. పిల్లలు పెద్దవాళ్ళయ్యాక తల్లిదండ్రుల కష్టసుఖాల్లో తోడు నీడగా వుండి వాళ్ళ మనసుకి ఆనందం కలుగజేయాలి. నేను తెలిసో! తెలియకో పొరబాటు చేసాను. దాని ఫలితంగా ఈ అవమానం జరిగింది. ఈ అవమానాన్ని భరిస్తూ నేను జీవించలేను" అంది నిర్ణయంగా శకుంతల.

"శకుంతలా! అలా అనవద్దు తల్లీ. అంత మాట అనకు. పూజ్యగురువులు ఎన్ని సమస్యలు వచ్చినా భరిస్తారు. కానీ, నువ్వులేకపోతే ఆయన భరించలేరు. కన్న ప్రేమకన్నా పెంచిన ప్రేమ చాలా గొప్పది తల్లీ, చాలా గొప్పది. తల్లీదండ్రీ అయి నిన్ను పెంచి పెద్ద చేసారు. ఆయన కోసం నువ్వు ధైర్యంగా ఈ పరిస్థితిని ఎదుర్కొవాలి, ధైర్యంగా ఉండు" అన్నాడు అతిథి మహర్షి.

"శకుంతలా! నీ కడుపులో వున్న రాజవంశాంఖురాన్ని చంపే హక్కు నీకు లేదు. ఆ బిడ్డకు నువ్వు జన్మనిచ్చి పెంచి పెద్ద చేయాలి. అంతేకానీ, సమస్యలకు భయపడి ప్రాణాలు తీసుకుంటావా? మహాశక్తి సంపన్నులైన కణ్వమహర్షి కుమార్తెవు, నువ్వు ఇలా బేలగా మాట్లాడకూడదు. ధైర్యంతో సమస్యలను ఎదుర్కొవాలి" అంది గౌతమీ.

"మాతా! నాకు ధైర్యం ఎలా వస్తుంది, ఎవరినైతే నమ్మి వివాహమాడి, అతనే సర్వస్వం అనుకుని అతని అర్ధాంగినయ్యానో, అతని రాకకోసం ఎదురుచూసి చూసీ గత్యంతరం లేక వెళ్ళి కాళ్ళమీద పడి, ఆదరించండి ప్రభూ! అని వేడుకుంటే నువ్వు ఎవరో నాకు తెలియదు? వెళ్ళిపో అన్నాడు. ఇంకెక్కడి ధైర్యం తల్లీ జీవితం మీద విరక్తి కలుగుతోంది" అంది శకుంతల.

"అమ్మా శకుంతల! అలా మాట్లాడకు, కణ్వమహర్షి ఆశ్రమానికి వెళ్లడానికి నీ మనస్సు అంగీకరించకపోతే వెళ్ళవద్దు. నా ఆశ్రమంలో ఉండువుగాని, నా బిడ్డలాగ చూసుకుంటాను. నీకు ఏలోటూ రాకుండా చూసుకుంటాను శంకుతలా! నువ్వు దుఃఖించకు. కాలం మారుతుంది, కష్టాలు ఎప్పుడూ వుండవు. నీ భర్త నీ దగ్గరకు వస్తాడు అని ఊరడించాడు" అతిథి ముని.

"శకుంతలా! మహర్షి చెప్పినట్టు ఆయన ఆశ్రమంలో ఉందాం. నేనూ నీతోనే ఉంటాను, నువ్వు దిగులు చెందకు అని ధైర్యం చెప్పి శకుంతలతో తను అతిథి ముని ఆశ్రమంలో ఉండడానికి నిర్ణయించుకుని ప్రయాణం చేయుచుండగా, మరీచముని వారిని చూసి "అమ్మా! గౌతమీ మాతా! ఈ బాల శకుంతలను తీసుకుని మీరు మా ఆశ్రమంలో నివసించండి, 'అతిథి మునివర్యా మీరు నా మాటను మన్నించండి. పూజ్య గురుదేవులు కణ్వమహర్షి కుమార్తెను ఈ శకుంతలను నా బిడ్డగా చూసుకొంటాను. ఈ అవకాశాన్ని నాకు కలుగజేయండి గౌతమీ మాతా నా మాట మన్నించండి"

అని వారిని ఒప్పించి తన ఆశ్రమానికి తీసుకువెళ్ళాడు మరీచముని. శకుంతలకు నెలలు నిండు కొంటున్నాయి. కరచరణాలు కర్మలు చేస్తున్నా ఆమె మనస్సు మాత్రం దుష్యంతుని గూర్చి ఆలోచిస్తూ వుంది. పరధ్యాన్నంతో పనులు చేసుకొంటోంది. ఆహారం రుచించడం లేదు, నిద్ర సరిగా పట్టడం లేదు. ఆ దుష్యంత మహారాజు! నిజంగా మరచిపోయాడా? మరిచిపోయినట్లు నటిస్తున్నాడా? ఎందుకిలా! తన జీవితంతో ఆడుకొంటున్నాడు. ఇదే ఆలోచన. నిజంగా మరచిపోతే? ఏ క్షణానైనా గతం గుర్తుకు వస్తే తనను అన్వేషిస్తూ వస్తాడేమో నన్న ఆశతో మార్గం వైపే చూస్తూ ఉంటోంది. ఏరోజుకు ఆరోజే ఆశ నిరాశలను నెట్టుకొస్తూ...

కణ్వమహర్షికి నమస్కరించి స్వాగతించి అర్ఘ్య పాద్యాసనాలతో అర్చించి తమరిరాకతో ఈ ఆశ్రమము పావనమయ్యింది. గురువర్యా అన్నాడు మరీచ మహాముని. నీ ఔదార్యానికి నేను సంతసించాను అన్నాడు కణ్వమహాముని. తమరు కొన్ని రోజులు ఇక్కడే వుండండి గురువర్యా. శకుంతలకు ధైర్యంగా వుంటుంది" అన్నాడు మరీచముని.

గౌతమీ, కణ్వమహర్షికి పాదాభివందనం చేసింది, గౌతమీ కులాసాగా ఉన్నావా అన్నారు కణ్వులు. చింతనావదనంతో తలదించుకుని నుంచున్న శకుంతల దగ్గరకు వెళ్ళి అమ్మా శకుంతలా విచారించకు అన్నారు కణ్వులు.

తండ్రీ! మోసపోయాను. తెలియక మోసపోయాను తండ్రి అంది బాధతో శకుంతల.

"అమ్మా శకుంతలా! విచారించకు కాలం మారుతుంది. మహామునుల శాపాలు, పురాకృతపాపాలు, కొంతకాలం కష్టాలు కలిగించినా, తట్టుకొని ధైర్యంగా నిలబడి ధర్మంగా నడుస్తూ దైవారాధన చేస్తూ సత్యజీవనం సాగిస్తూ వుంటే, కాలస్వరూపుడైన భగవంతుడు కరుణించి కష్టాలు తొలగిస్తాడు" అన్నాడు. కణ్వమహర్షి.

దైవ చింతనతో తండ్రీ దీవెనతో రోజులు, వారాలు, పక్షాలు, మాసాలు, ఋతువులు, ఆయనాలు, లెక్కించుకుంటూ మూడు సంవత్సరాలు బరువుగా గడిపింది శకుంతల,

మూడు సంవత్సరములు గర్భం ధరించి ఒక శుభముహూర్తంలో అగ్ని సమతేజోమయుడైన పుత్రుని ప్రసవించింది శకుంతల. రూప సౌందర్యాలతో అలరారుతున్న ఆ బాలునిపై దివి నుండి పూలవాన కురిసింది. దేవదుంధుబిలు మంగళకరంగా మ్రోగాయి. గంధర్వులు గానం చేసారు. అప్సరసలు పరవశించి నర్తించారు. సురపతి మహేంద్రుడు శకుంతలకు దర్శనమిచ్చి "శకుంతలా! అసదృశబల సంపన్నుడైన నీ కుమారుడు చక్రవర్తియై అశ్వమేధయాగాలు, రాజసూయ యాగాలు, అసంఖ్యాకంగా నిర్వహించి విశేషంగా దానధర్మాలు చేస్తాడు" అని చెప్పి అంతర్హితుడయ్యారు మహేంద్రుడు. పురంధరుని పలుకులనాలకించిన ఆశ్రమవాసులు సంతోషంతో పొంగిపోయారు. శకుంతల సంతుష్టచిత్తంతో మహర్షులను మునీశ్వరులను భక్తితో పూజించింది.

బాలుడు ప్రవర్థమానమగుచున్నాడు. కణ్వమహర్షి శాస్త్రోక్తంగా జాతకర్మాది సంస్కారాలు చేయించాడు. శుభలక్షణ లక్షితుడైన ఆ బాలుని హస్తంలో శంఖచక్రాది చిహ్నాలు గోచరిస్తున్నాయి. మల్లెపువ్వుల వంటి దంత సౌందర్యంతో అందమైన తలకట్టుతో చూపరులకు ఆనందాన్ని కలిగిస్తున్నాడు ఆ బాలుడు.

"మహారాజా గంగానదీ సమీపం నుంచి కొంతమంది జాలర్లు తమను దర్శించుకోవాలంటున్నారు. ప్రవేశపెట్టమంటారా" అన్నాడు రాజభటుడు. "ప్రవేశపెట్టు" అన్నాడు దుష్యంత మహారాజు.

"మహారాజా! నేను దొంగను కాదు నన్ను మన్నించండి. ఈ రాజముద్రిక నేను వేటాడిన చేపను కోస్తే దాని పొట్టనుండి పడింది. అంతేగానీ, నేను ఈ ఉంగరాన్ని దొంగిలించలేదు మహారాజా! నన్ను మన్నించండి" అని రాజు దగ్గర దణ్ణం పెడుతూ మోకరిల్లేడు గంగరాజు.

ఆ రాజముద్రికను చూడగానే గతం గుర్తుకు రాసాగింది. పంచభూతాల0 సాక్షిగా నేను నిన్ను నా అర్థాంగిగా చేసుకుంటున్నాను అని మీరు నాకు ఇచ్చిన ఈ రాజముద్రికను చూడండి మహారాజా... అని తన చేతిని చూపించిన శకుంతల కనిపిస్తోంది. దుష్యంత మహారాజు ఆశ్చర్యంతో కళ్ళు పెద్దవి చేసి చూస్తున్నాడు.

దుష్యంత మహారాజు ఆశ్చర్యంగా చూస్తున్న చూపులకు భయపడిపోయి, మహారాజా నేను సత్తెం చెబుతున్నాను. గంగమ్మ తల్లి మీద ఒట్టేసి చెబుతున్నాను. నా బిడ్డడు దొంగబుద్ధి కలవాడు కాదు. నా బిడ్డడిని మన్నించండి, చేపపొట్ట నుంచే ఈ ఉంగరం దొరికింది. ఇది మీకు ఇచ్చేద్దామనే మేము వచ్చేము. మమ్మల్ని కరుణించి మీ ఉంగరం మీరు తీసుకోండి మహారాజా" అన్నాడు సాంబయ్య.

"మహారాజా విచారించండి. వీళ్ళు చెబుతున్నది నిజమేనేమో?" అన్నాడు మంత్రి

దుష్యంత మహారాజు తేరుకుని భయపడుతున్నవారిని చూసి, "లేదు లేదు. మీ మాటలు నేను నమ్ముచున్నాను. మీరు సత్యమే చెప్పియున్నారు. ఈ ఉంగరాన్ని తెచ్చి ఇచ్చి నాకు చాలా మేలు చేసారు. మీ మేలు నేను మరువలేను. వీరందరికి బహుమతులిచ్చి పంపించండి మంత్రివర్యా" అన్నాడు దుష్యంత మహారాజు.

రాజుపాదాల దగ్గర నుంచి లేచి, ఆనందంతో మీ ఉంగరాన్ని మీరు పరిశీలనగా చూసుకోండి అని రాజుకు దగ్గరగా తెచ్చాడు గంగరాజు. ఆ ఉంగరాన్ని పరిశీలనగా చూసి ఆనందవదనంతో తన వేలికి ధరించాడు దుష్యంతుడు. రాజు ఇచ్చిన బహుమతులు తీసుకుని వారు ఆనందంగా వెళ్ళిపోయారు.

దుష్యంతుడు కొంతమందిని పిలిచి రహస్య సమావేశం జరిపి శకుంతలను వెదకమని పంపాడు. తన మనసులో ఆమెను తలచుకొంటూ జరిగిన దానికి విచారిస్తున్నాడు. ఎందుకిలా

జరిగింది. కారణమేమిటి తను కావాలని తప్పుచేసే మనిషి కాదు. దీని వెనకాల ఏదో కారణముండి ఉంటుంది. ఏమైయ్యిందో తెలుసుకోవాలి అనుకున్నాడు.

ఈ ప్రయత్నాలు ఫలించి శకుంతల జాడతెలిస్తే ఆమెను క్షమించమని కోరతాను. ఆమె నన్ను అర్థం చేసుకుంటుందనుకుంటున్నాను. ఏది ఏమైనా ముందు ఆమె కనిపించాలి ఆమెను చూడాలి. ఒక స్త్రీ తనకు అవమానం జరిగితే భరించలేదు. అందులో గర్భవతిని అని కూడా చెప్పింది. చాలా దుర్భాషలాడేను. ఏ శిశువుకు జన్మనిచ్చిందో.

తను నన్ను క్షమించకపోతే కణ్వ మహామునిని పాదాలు పట్టుకుని వేడుకొంటాను. ఆ ముని తప్పక నన్ను క్షమించి శకుంతలను నా దగ్గరకు పంపుతాడు. నా 'బిడ్డతో నా భార్యగా శకుంతల వస్తుంది అనుకుంటున్నాడు.

★★★

"మహారాజా! ఇంద్రలోకం నుంచి ఇంద్రుడు మతాలిని పంపగా మీ కోసం వచ్చారు" అని రాజభటుడు చెప్పాడు.

"అతనిని లోపలకు రమ్మను" అన్నాడు దుష్యంతుడు.

"దుష్యంత మహారాజులు వారికి మతాలి అభివందనములు. దేవరాజు రాక్షసులతో యుద్ధం చేయడంలో మీ సహాయం కోరి నన్ను పంపినారు.

"మతాలి! ఇంద్రుల వారికి సహాయం చేయడానికి ఈ దుష్యంత మహారాజు సంసిద్ధంగా ఉన్నాడు. పదండి అవశ్యం. ఇంద్రలోకానికి వెడదాం" అన్నాడు.

దేవతలకు, రాక్షసులకు మధ్య భయంకరమైన యుద్ధం జరిగింది. దుష్యంత మహారాజు రాక్షసులతో వీరోచితంగా పోరాడాడు. దేవతలు విజయం పొందారు. దుష్యంత మహారాజు ధైర్యసాహసాలకు ప్రశంసించి ఇంద్రుడు, దేవతలు ఆరాజుని క్షేమంగా భూలోకానికి పంపిరమ్మని మతాలికి చెప్పారు.

ఎగిరే విమానం మీద మతాలి భూమికి దిగుచుండగా ఒక వనాన్ని చూసిన దుష్యంతుడు "ఈ వనం ఎంత సుందరంగా ఉందో, ఈ పక్షులు, ఈ జంతువులు ఎంత ఆనందంగా తమ జీవనాన్ని గడుపుతున్నాయో, నేను ఒక్కడినే, నా జీవితాన్ని విచారంగా గడువుతున్నాను, నేను ఎప్పుడు ఆనంద జీవితం గడుపుతానో? అనుకుంటున్నాడు. విమానాన్ని నేలకు దించి, దుష్యంత మహారాజా! నీ ధైర్యసాహసాలకు మెచ్చుకుని దేవతలు నీకు ఆనందాన్ని ప్రసాదిస్తారని కోరుకుంటున్నాను. నేను సెలవు తీసుకుంటున్నాను అని మతాలి వెళ్ళిపోయాడు.

నేను ఎక్కడ వున్నాను? ఎప్పుడూ ఈ ప్రదేశం చూసినట్లు లేదే అని ఆ వనాన్ని పరిశీలనగా చూస్తూ తిరుగుచున్నాడు. ఆ వనములో ఒక బాలుని మాటలు, నవ్వులు వింటాడు. ఆ బాలుని చూడాలని వెళతాడు, ఆగు ఆగు అని పెరుగెడుతూ హే... హే... దొరకేశావు నిన్ను పట్టేశాను నేను.

నిన్నేమీ చేయనులే, నీ నోరు తెరు, నీ పళ్ళు లెక్కపెడతాను అంతే అంటున్నాడు. ఓ.... ఇద్దరమ్మాయిలు చెట్టు చాటు నుంచి వచ్చి నువ్వూ చాలా అల్లరి పిల్లాడివి ఆ సింహం పిల్లని వదిలెయ్యి, నేను నీకు మంచి బొమ్మను ఇస్తాను అంది ఒక అమ్మాయి.

ఎవరీ పిల్లవాడు ఏమి చేస్తున్నాడీ సింహంపిల్లతో అని దగ్గరకు వస్తూ ఈ బాలుడు మునిబాలుడా! ఇంత ధైర్యంగా వున్నాడు అని ఆ బాలుని సమీపించి 'బాలకా ఇటురా' అంటూ బాలుని దగ్గరకు వెళుతున్నాడు.

దుష్యంత మహారాజుని చూసిన బాలుడు "మీరెవరు నేనెప్పుడూ చూడలేదు" అన్నాడు. ఆశ్చర్యంగా వుంది. ఈ బాలుడు ఈయన లాగ ఉన్నాడు." అంది అనసూయ చెలికత్తెతో.

దుష్యంతుడు ఆ బాలుని దగ్గరకు వచ్చి సింహపిల్లను వదిలెయ్యి అని ఆ బాలుని ఎత్తుకొన్నాడు. ఆడుకోవాలనుకుంటోంది అని, ముద్దుతో ఆశ్చర్యపోయిన అనసూయ బాలుని చేతి తాయత్తు వుందా లేదా అని చూసింది. నీ తాయత్తు క్రింద పడిపోయిందా అంది. క్రిందపడిపోయిన తాయత్తును చూసి తియ్యబోతున్న దుష్యంతుని చూసి, ముట్టుకోకండి తాయత్తును ముట్టుకోకండి అంది.

ఆ రాజు ఆ తాయత్తును చేత్తో తీసి ఎందుకు నేను ముట్టుకోకూడదు. ఇది ఎక్కడి ఆచారం అన్నాడు.

యిది మంత్రశక్తిగల తాయత్తు 'మరీచముని' కట్టాడు. అది తల్లిదండ్రులు మాత్రమే ముట్టుకోగలరు అంది. ఏమౌతుంది వేరే వాళ్ళు ముట్టుకుంటే అని అడిగాడు.

"అది పాముగా మారి ఆ వ్యక్తిని కాటు వేస్తుంది అంది" అనసూయ. దుష్యంతుడు ఆ బిడ్డడిని పట్టుకొని దగ్గరకు తీసుకుని నవ్వు నా పుత్రుడివా అని దగ్గరకు తీసుకుని ముద్దు పెట్టుకొన్నాడు.

"మీరు నన్ను పుత్రుడు అని పిలవవద్దు. మహా గొప్ప పరాక్రమవంతుడు దుష్యంత మహారాజు నా తండ్రి. నువ్వు కాదు" అన్నాడు.

అయితే సరే నువ్వు నీ తల్లి దగ్గరకు తీసుకు వెళ్ళు ఆమె చెబుతుంది అన్నాడు" దుష్యంతుడు.

అమ్మా! యితడు నన్ను పుత్రా పుత్రా అని పిలుస్తున్నాడు. యితడు నిన్ను చూడాలనుకుంటున్నాడు ఒక్కసారి ఈయనకు కనిపించమ్మా" అన్నాడు. నేను ఎవ్వరినీ చూడను బిడ్డ సర్వదమనా నువ్వు నా దగ్గరకు రా. నాయనా నీ తండ్రి గొప్పవారు కానీ ఈయన ఎవరో నాకు తెలియదు.

నీ దగ్గరకు వస్తున్నానమ్మా అని బాలుడు తల్లిని చేరాడు.

"ప్రియసఖీ! ఒక్కసారి నన్ను చూడు. దుష్యంత మహారాజు శకుంతల కోసం పరితపిస్తున్నాడు. ఒక్కసారి నీ రూపము చూడగోరుచున్నాను. ఈ బాలుని తల్లివి శకుంతలవు

నువ్వేనేమో, అని ఆశతో వచ్చాను. దయతో ఒక్కసారి దర్శనమియ్యి దేవీ అన్నాడు" దుష్యంతమహారాజు.

మరీచముని రాజుని చూచి దుష్యంత మహారాజా తమరు, ఇక్కడ నుంచున్నారేమిటి? అనసూయా రాజుగార్ని చూడలేదా! అగ్యపాద్యాలు ఇవ్వండి, ఆశీనులు కండి మహారాజా మీ రాకతో ఈ మరీచముని ఆశ్రమం పావనమయ్యింది ప్రభూ అన్నాడు" మరీచముని. మునివర్యులకు దుష్యంత మహారాజు ప్రణామాలు అని పాదాలు తాకాడు.

సఖల సౌభాగ్యాలతో పుత్రపౌత్రులతో ఆనందంగా జీవించండి మహారాజా అన్నాడు మరీచముని. మహారాజా! ఆశీనులు కండి అంది అనసూయ. ఒక పళ్ళెములో పళ్ళు పానీయము పట్టుకుని నుంచింది.

మునివర్యా "నేను అభ్యర్థినై వచ్చాను. ఆ బాలకుని చూచి ఆనందంతో ఎత్తుకున్నాను. ఈ తాయత్తు వలన ఆశతో వున్నాను. ఈ బాలుడి తల్లి శకుంతల అయ్యివుంటుందేమోనని, ఆమెను చూడగోరి యున్నాను. మీరు దయతో ఆమెను నాకు చూపించి నా ఆర్తి తీర్చండి! మునివర్యా " అన్నాడు.

"అమ్మా! శకుంతలా నీ మనస్సు నేను అర్థం చేసుకోగలను రాజు కోరి వచ్చారు, నా మీద గౌరవముతో ఆయనకు కనిపించు" అన్నాడు మరీచముని. "అలాగే కనిపిస్తాను మునివార్యా" అంది శకుంతల. ఆమె వచ్చి రాజుకు కనిపించేలా నుంచొని, చేతులు జోడించి దుష్యంత మహారాజుకు ప్రణామాలు అంది.

"ఆమె కనిపించగానే హృదయానందంతో పరవశించి పోతూ శకుంతలా!" అన్నాడు చిరుమందహాసం చేస్తూ దుష్యంతుడు. ఆమె వంక చూస్తున్నాడు.

"కణ్వమహర్షి కుమార్తె శకుంతలను, మహారాజా అంది ఆమెలో ఆనందం కానీ, ఆశ్చర్యం కానీ లేవు. "నాయనా సర్వదమనా! నీ తండ్రి దుష్యంత మహారాజుకు పాదాభివందనం చెయ్యి" అన్నాడు మరీచముని.

'తండ్రీ ప్రణామాలు' అని దుష్యంత మహారాజుకు పాదాలు తాకి నమస్కరించాడు సర్వదమనుడు. ఆ బిడ్డ నెత్తుకుని ముద్దాడి నా భాగ్యము వలన నేను నిన్ను చూడగలిగాను. ఈరోజు చాలా మంచిరోజు మునివర్యా, మీకు ధన్యవాదాలు అని మళ్ళీ చేతులు జోడించాడు దుష్యంత మహారాజు.

బాలుడు శకుంతల దగ్గరకు వెళ్ళిపోయాడు. బాలుని తీసుకుని లోనికి వెళ్ళిపోయింది ఆమెతో అనసూయ కూడా వెళ్ళిపోయింది. అమ్మా! ఆయన నా తండ్రని, ఆయనకు పాదాభివందనం చేయమన్నారు. తాతగారు, ఆయన దుష్యంత మహారాజా!

"ఇప్పుడు నన్ను ఏమీ అడగవద్దు నాయనా" అంది శకుంతల.

"మునివర్యా! జరిగిన విషయాలు అన్నీ తమకు తెలిసే వుంటాయి. ఇప్పుడు నా మనస్సు విప్పి మీకు చెబుతున్నాను. వినండి. ఆరోజు శకుంతలను కణ్వముని ఆశ్రమంలో చూచినట్లు గాని, వివాహమాడినట్లు గాని గుర్తుకు రాలేదు. మరచిపోయాను. ఆమె నా దగ్గరకు వచ్చి చెప్పిన మాటలు నేను నమ్మలేదు. కొంతకాలం తరువాత మత్యకారులు వచ్చి రాజా! గంగానది సమీపం మత్యకారులము మేము. మా వేటలో దొరికిన పెద్ద చేపను కోయగా, దాని పొట్ట నుండి ఈ రాజముద్రిక దొరికింది. అని భయపడుతూ నాకిచ్చారు.

ఆ ఉంగరం చూచినది మొదలు నాకు శకుంతల గుర్తుకురాసాగింది. చాలా విచారించాను, ఆమె కోసం అన్నీ గుర్తునకువచ్చాయి. చాలా అన్వేషిస్తున్నాను. కణ్వముని ఆశ్రయంలో ఆమె లేదన్న సమాచారం విని ఎక్కడుందో తెలియక ఆమెను వెదికించే ప్రయత్నం మానలేదు. ఆమెకోసం చింతిస్తూనే వున్నాను. మునివర్యా! యిప్పటికి ఇక్కడ మళ్ళీ చూసాను. ఆమెతో ఈ విషయమంతా చెప్పాలి మునివర్యా" అన్నాడు దుష్యంతమహారాజు. "మహారాజా! తమరు సత్యం చెప్పుచున్నారు. శకుంతలకు ఎలా చెప్పాలో ఆలోచిస్తున్నాను" అన్నాడు మరీచముని.

ఆమె దగ్గరకు వెళ్ళి విషయమంతా చెబుతాను" అన్నాడు దుష్యంత మహారాజు. "శకుంతలకు నేను చెప్పివస్తాను మహారాజా" అన్నాడు మరీచముని. "సరే మునివర్యా చెప్పిరండి" అన్నాడు మహారాజు

"బిడ్డా శకుంతలా! దుష్యంత మహారాజు నీతో ఒక విషయం చెబుతానంటున్నారమ్మా" అన్నాడు మరీచముని. "ఆనాడు నేను నా తండ్రి అనుమతిలేకుండా తొందరపడ్డాను, ధర్మబద్ధంగా నేను నిన్ను వివాహం చేసుకొంటున్నాను అని పంచభూతాల సాక్షిగా నువ్వు నా అర్ధాంగివి అని తన వ్రేలి ఉంగరాన్ని నా వ్రేలికిచ్చిన దుష్యంత మహారాజు నా భర్తే! అనుకొని ఆ రాజు అర్ధాంగినయ్యాను.

ఆ తరువాత ఏమయ్యింది. నిండు సభలో ఏనాడూ పడని మాటలు, ఏ ఆడది పడకూడని మాటలు పడ్డాను. వంటి మీద పడ్డ దెబ్బలకన్నా శూలాల్లాంటి మాటలే ఎక్కువ బాధపెడతాయి. ఆ అవమానం, ఆ బాధను, నా మనసు ఎప్పటికీ మరువలేదు. నేను మోసపోయాను అని, బాధతో ప్రాణాలు వదలాలనుకొన్నాను. నా కడుపులో పెరుగుచున్న రాజ వంశాంఖురాన్ని నాతో చంపకూడదని ప్రాణాలతో వుండి మళ్ళీ నా తండ్రి మోహం చూడలేక పెరిగి పెద్దయిన, ఆ ఆశ్రమంలో అడుగుపెట్టలేక, మీ నీడలో, నా బిడ్డతో జీవిస్తున్నాను తండ్రీ, అని వస్తున్న దు:ఖాన్ని పమిటి చెంగుతో ఆపుకొని, ఇప్పుడు "నా తండ్రి కణ్వముని, అనుమతి లేకుండా ఆ దుష్యంత మహారాజుని కంటితో కూడా చూడలేను తండ్రీ. నన్ను మన్నించండి" అని కన్నీరు కారుతున్న కళ్ళతో అంది శకుంతల.

"అమ్మా! నువ్వు ఏడిస్తే నేను చూడలేను అని ఆమె కళ్ళు తుడుస్తూ వూరుకో అమ్మా అంటున్న" బిడ్డని చూచి, "బిడ్డా! తెల్లవారేటప్పటికి నీ తల్లి ఇంటి ముందు రాజసభ ఏర్పాటు చేస్తాను.

కణ్వ మహర్షిని ఆ ఆశ్రమ పరివారాన్ని తెప్పిస్తాను. నీ తల్లి బాధపడకుండా చూసుకో, నేను ఇప్పుడే బయలుదేరుతున్నాను" అని వెళ్ళబోతున్న దుష్యంత మహారాజుని చూచి "ఇంత ఎండవేళ బయలుదేరతారా కొంచెం ఆగండి" అన్నాడు మరీచముని.

"లేదు మునివర్యా! నేను యిప్పుడే బయలుదేరాలి" అన్నాడు దుష్యంత మహారాజు.

"మహారాజా కణ్వముని ఆశ్రమానికి నేను వెడతాను నేను తీసుకొస్తాను అది నా బాధ్యత" అన్నాడు మరీచముని. సరే మునివర్యా అని బయలుదేరేడు దుష్యంత మహారాజు.

మరీచముని ఆశ్రమం ముందు చాలా రథాలు ఆగివున్నాయి. ఏ రాత్రివేళ వచ్చాయో అని చూస్తోంది శకుంతల. రథాలకు కట్టివున్న గుఱ్రాలు, గుఱ్రాలకు పచ్చిక వేస్తున్న రథసారథులతో ఆ వనమంతా నిండిపోయింది.

మరీచమని ఆశ్రమం ముంగిట రాజసభ ఏర్పాటయి పోయింది. సభాపతులు కూర్చుని వున్నారు. దుష్యంత మహారాజు అటూ ఇటూ తిరుగుచున్నారు. ఒక రథం మీద కణ్వముని, మరీచముని, అతిథిముని, గౌతమీమాత, కణ్వాశ్రమ పరివారము అందరూ వస్తున్నారు. కణ్వముని రథం దిగగానే దుష్యంత మహారాజు ఆయనకు పాదాభివందనం చేసాడు. ఆ ముని రాజుని దీవించాడు.

తల్లీ శకుంతలా! అంటూ లోనికి వస్తున్న తండ్రి పాదాలకు నమస్కరించింది. బిడ్డ ధైర్యంగా ఉండు అన్నాడు కణ్వమహర్షి. "తల్లీ శకుంతలా! జరిగిన విషయమంతా నీ తండ్రికి చెప్పాను. యిప్పుడు నువ్వు దుష్యంతమహారాజు ఏర్పాటు చేసిన సభలోకి నీ బిడ్డను తీసుకుని వెళ్ళాలి" అని అన్నాడు మరీచముని. గౌతమి, శకుంతలను సర్వదమనుని తీసుకుని నడుస్తోంది. కణ్వముని, మరీచముని, అతిథిముని, పరివారము అందరూ ఆ సభలోకి వెళ్లారు.

"సభాపతులారా! ఈ దుష్యంత మహారాజు చెప్పే మాటలు దయుంచి వినండి. కొన్ని సంవత్సరాల క్రితము ఒకరోజు వేటకై వెళ్ళి దాహార్తితో జలశయాలు అన్వేషిస్తూ, కణ్వముని ఆశ్రమానికి వెళ్ళాను. అక్కడ శకుంతలను చూసి ఆమెను మోహించి, ఆమెను ఒప్పించి గంధర్వరీతిని వివాహమాడాను. అప్పుడు ఆశ్రమంలో కణ్వముని లేరు. ఆ మరుసటి ఉదయాన్నే నేను రాజధానికి బయలుదేరుతూ, నేను తొందరలో వచ్చి కణ్వముని ఆశీర్వాదం తీసుకుని నిన్ను రాజధానికి తీసుకువెడతాను అని శకుంతలకు చెప్పినాను. ఆ తరువాత కణ్వాశ్రమం నుంచి అతిథి మునిని, గౌతమిమాతను తీసుకుని వచ్చిన శకుంతలను చూచినా నేను గుర్తుపట్టలేదు. ఆమె చాలా విధముల చెప్పినను నాకు ఏమీ గుర్తుకు రాలేదు.

ఆ తరువాత నేను ఆమెకు ఇచ్చిన ఉంగరం రాజముద్రిక జాలర్లకు దొరికితే నాకు ఇచ్చారు. అది చూసిన తరువాత నాకు శకుంతల గుర్తుకు వచ్చింది. ఆమె ఎక్కడ వున్నదో అని ఆలోచించి, చింతించాను. ఆమె కోసం అన్వేషిస్తూనే రోజులు గడుపుతున్నాను. నిన్న, ఇక్కడ ఈ మరీచముని

ఆశ్రమంలో శకుంతలను చూసాను, నేను ఆమెతో ఈ జరిగిన విషయమంతా చెబితే ఆమె నన్ను నమ్మటం లేదు.

ఆనాడు సభలో ఆమెను మాటలతో బాధపెట్టాను. ఆమే కాదు, ఎవరైనా ఆ మాటలకు కోపగించుకుంటారు. ఈ సభా ముఖంగా చెబుతున్నాను కణ్వమహర్షి కుమార్తె శకుంతల నా అర్ధాంగి, సర్వదమనుడు అని పిలువబడే ఈ బిడ్డ నా కుమారుడు. ఈ విషయాన్ని మీకు తెలియపరుస్తున్నాను. సభలోని వారు విని నన్ను మన్నించాలి"

"అయ్యాలారా! సభాసతులారా! అందరికీ ప్రణామాలు. నేను ఆరోజు ఆశతో వచ్చి ఈ రాజుసభలో అవమానపడి వెళ్ళిపోయాను. అది మీరు చూసారు. ఆరోజు నేను కనిపించి ఎంత చెప్పినా నువ్వు నాకు తెలియదు వెళ్ళిపో అన్నారు. ఈ రోజున ఉంగరం కనిపించిన తరువాత గుర్తుకొచ్చింది అంటున్నారు. రేపటి రోజున ఏ కారణం చేతనైనా, నువ్వు ఎవరో నాకు తెలియదు వెళ్ళిపో అంటే నేను భరించలేను.

ఈ దుష్యంత మహారాజు ఈసభలో నన్ను తన భార్యగా ఒప్పుకున్నారు. ఈ బిడ్డను తన బిడ్డగా ఒప్పుకున్నారు. అది నాకు చాలా సంతోషాన్ని కలిగించింది. నాకు ఈ మాట చాలు. ఈ తృప్తిచాలు. ఈ రాజు భార్యగా ఆనందంతో జీవిస్తాను. తన బిడ్డని తన రాజ్యానికి తీసుకుని వెళ్ళమనండి" అంది శకుంతల లేచి వెళ్ళిపోతూ. దుష్యంతుడు దిగ్భ్రాంతితో ఆమెకేసి చూస్తున్నాడు.

"అమ్మా జగజ్జననీ, ఈ మరీచుని ప్రార్థన ఆలకించి కరుణించు. ఈ పరిస్థితిలో నీవు చెప్పితే అందరూ వింటారు. శకుంతలదీ న్యాయమైన వాదమే, దుష్యంతునిదీ న్యాయమైన వాదమే. తల్లీ వీరిని కరుణించి నీ దయచూపించు" అని ప్రార్థించాడు మరీచుడు.

ఆకాశం నుంచి పెళపెళమని ధ్వనులు వినిపిస్తున్నాయి, ఆకాశం నుంచి వాణి వినిపిస్తోంది.

"శకుంతలా ఆగు. పవిత్రమూర్తివైన నిన్ను రాజు శంకించి, అవమానించాడని బాధతో వెళ్ళిపోకు. ఒకనాడు దుర్వాసుడు, కణ్వమహర్షి ఆశ్రమానికి వచ్చి ఎంత పిలచినా నువ్వు ఆ మునిని గమనించలేదు. తనని నువ్వు స్వాగతించలేదు. నిన్ను చూసిన ముని ఆగ్రహంతో నీ ప్రియుని ధ్యాసలో మైమరచి పోయి నా పిలుపు వినలేదు. కనుక నీ ప్రియుడు నిన్ను మరచిపోతాడు." అని శపించాడు. ఆ శాపం వలననే రాజు నిన్ను మరచిపోయాడు.

దుష్యంత మహారాజా! నీ వల్లనే ఈ బాలుడు శకుంతలకు కలిగాడు. ఇతడు నీ తనయుడే. పవిత్రమూర్తి అయిన శకుంతలను ముని శాప కారణంగా నిందించి పంపించేశావు. రాజా నీ పుత్రుడైన ఈ బాలుడు భరతుడనే పేరుతో ప్రసిద్ధుడవుతాడు. ఈ భరతుని పేరు వల్లనే ఈ దేశం భారతదేశమని ప్రసిద్ధి చెందుతుంది" అని అశరీర వాణి ఆకాశ వీధి నుండి వినిపించగానే దేవతలు, మహర్షులు ఈమె పతివ్రతయే అని పలికి ప్రహర్ష హృదయులై పూలవానను కురిపించారు. అదంతా

చూసిన దుష్యంత మహారాజు "సభా సదులారా, ఇప్పుడే ఇక్కడే నా కుమారునికి భరతుడనే నామకరణం చేస్తాను. నా రాజ్యానికి యువరాజుగా ప్రకటిస్తాను" అన్నాడు.

'భళిరే దుష్యంత మహారాజా భళి యువరాజు భరతునికి భళి భళి అన్నారు" సభాసదులు, మహర్షులు, విప్రులు, పురోహితులు దుష్యంతునికి, శకుంతలకి, భరతునికి ఆశీర్వచనములు పలికారు.

త్రిలోక సుందరి

తూర్పున సూర్యుడు ఉదయిస్తున్నాడు ఆ ఉషోదయ కిరణ కాంతులకి పిట్టలు గూళ్ళు వదలి రెక్కలు కొట్టుకుంటూ ఎగిరిపోతున్నాయి.

ధర్మాంగద మహారాజు సూర్యునికి నమస్కరించి అర్ఘ్యము సమర్పించి "ప్రభూ సూర్యనారాయణమూర్తి, ఈరోజు వచ్చే పండిత వర్యులు మాకు సంతాన భాగ్యము ఉందంటారో, లేదంటారో అని నా మనస్సు వేదన చెందుతోంది. మా యందు దయ ఉంచి మాకు సంతాన భాగ్యము కలుగుతుందనే మంచిమాట ఆ పండితుల వారినోట చెప్పించు ప్రభూ" అని వేడుకుంటున్నాడు.

మహారాజా! తమరి రాకకోసం మంత్రివర్యులు వేచి వున్నారు. తమరిని త్వరగా తీసుకుని రమ్మని నన్ను పంపారు అన్నాడు భటుడు. వెంటనే వస్తున్నానని చెప్పు అన్నాడు మహారాజు.

"ఊర్మిలాదేవీ! నీవు కూడా సిద్ధముగా ఉండు ఈరోజు ఒక ఉద్ధండ పండితులు వస్తున్నారు. ఆయన హస్తసాముద్రికము, జాతకమును పరిశీలించి చాలా ఖచ్చితముగా చెబుతారట" అన్నాడు ధర్మాంగరాజు.

"మహారాజా! తమరు ముందుగా వెళ్ళండి. పండితుల వారు మీకోసం చూస్తున్నారేమో! నేనూ వస్తాను అంది" ఊర్మిలా దేవి

సరే నేను వెడతాను అన్నాడు రాజు.

ఊర్మిలాదేవి సూర్యునికి నమస్కరించి "ఓ ప్రత్యక్ష పరమేశ్వరా! సూర్యనారాయణా! మేము చేసిన పూజలు, నోచిన నోములు, చేసిన వ్రతాలు, చేసిన దానాలు, ఇవి ఏమీ కూడా మాకు సంతాన భాగ్యాన్ని ప్రసాదించలేదు. నిన్నే నమ్ముకొని ఆరాధిస్తున్నాను. కరుణించు ప్రభూ! మాకు సత్సంతానాన్ని ప్రసాదించు" అని ఆ సూర్యనారాయణుని వేడుకుంటోంది.

మహారాణీ, తమరిని మహారాజు త్వరగా తీసుకురమ్మన్నారు అని చెప్పింది. "సరే పద" అని ఆ పండితుల వారి దగ్గరున్న మహారాజుని సమీపించి నుంచుంది.

"కూర్చోండి మహారాణీ!" అన్నారు పండితులు.

"మీ హస్తసాముద్రికలు, మీ జాతకములు, పరిశీలించి చెబుతున్నాను. మీకు తప్పక సంతానం కలుగుతుంది. తొందరలోనే కలుగుతుంది. కొన్ని చిక్కు సమస్యలు వచ్చినప్పటికీ మీ వంశాభివృద్ధి జరుగుతుంది" అన్నాడు పండితుడు.

ఆయన మాట వినగానే ఊర్మిలాదేవి అమిత ఆనందంతో కళ్ళు కమ్ముతుండగా, లేచి నుంచొని చేతులు జోడించి, "మహానుభావా! పండితవర్యా! మీకు వందనాలు. మీ మాటలు వలన మాకు చాలా ఆనందం కలిగింది. మా ఆశలు తీరి మా వంశం నిలబడితే మేమేమీ కోరము. ధన్యవాదాలు" అని ఆమె తన మందిరంకు వెడలిపోయింది.

"మహాశయా! సంతానం కలిగాక కొన్ని చిక్కు సమస్యలు వస్తాయన్నారు. నాకు ఆందోళనగా ఉంది. అల్పాయుషు కల సంతానమా? అంగవైకల్యము కలుగుతుందా? పుత్రుడా, పుత్రికా" అని అడిగాడు మహారాజు.

ఆ పండితుడు కొంచెం మౌనంగా ఉన్నారు. "చెప్పండి పండితవర్యా!" అన్నాడు రాజు.

"పుత్రసంతానమే కలుగుతుంది. అల్పాయువు గల సంతానం కాదు ఆయుర్ధాయం బాగానే ఉంది. మహారాజా! మీరు ప్రతిరోజూ శివునికి అభిషేకము చేయించుకోవడం, సోమవారం తప్పక మారేడు దళములతో పూజ చేయించడం, ఒక్క పొద్దు వుండడము, మీకు వీలయినంత చేయండి. ఇంక నాకు సెలవు ఇప్పించండి" అన్నారు పండితుడు.

"మంత్రివర్యా! పండితుల వారికి సంభావనలు ఇచ్చి పంపించండి" అన్నాడు మహారాజు.

అమిత ఆనందముతో ధర్మాంగరాజు, ఊర్మిలాదేవీ శివార్చన చేయుచూ రోజులు గడుపుచున్నారు.

★★★

ఊర్మిలా దేవి జ్వరముతో బాధపడుచూ మంచం దిగలేదు.

"మహారాణీ తమరు పడుకునే ఉన్నారు ఎందుకనీ!!" అని ముసుగు తీసింది మిత్రవింద.

"శిరోభారంగానూ, నీరసంగానూ ఉంది" అంది ఊర్మిలాదేవి "మహారాణీ మీకు జ్వరం వచ్చింది. ఒళ్ళు వేడిగా కాలిపోతోంది. ఉండండుండండి. మహారాజుతో చెబుతాను అంది" మిత్రవింద. రాజవైద్యులు వచ్చి ఊర్మిలాదేవిని పరీక్షించి "ధర్మాంగరాజా! ఊర్మిలాదేవి, మీరు చేసిన పూజలు ఫలించి మీకు సంతానం కలగబోతోంది. ఈమె గర్భవతి. యువరాజు పుట్టబోతున్నాడు" అన్నాడు వైద్యుడు.

అంత ఆనందమైన మాట చెవిని పడగానే ధర్మాంగ మహారాజుకు ఆనందంతో తబ్బిబై నోటమాట రావడం లేదు. త్రిలోక సుందరి ఊర్మిలాకు కళ్ళు చెమ్మగిల్లి ఆనందంతో "మహారాజా నన్ను దీవించండి" అని రాజు పాదాలు తాకింది.

'సత్ సంతానాన్ని పొంది ఆనందంగా జీవించు" అని దీవించారు మహారాజు. మంత్రివర్యుని చూచి "మహామంత్రి ఈ ఆనంద సమయాన రాజమందిరంలో వున్నవారికీ, రాణిమందిరంలో ఉన్న పరిచారకులకు దానాలు యివ్వండి" అన్నాడు.

ముందుగా రాజవైద్యులకు మిక్కిలి సొమ్ములు ఇచ్చి పంపించండి అన్నాడు."

మిత్రవిందా! మహారాణిని జాగ్రత్తగా చూసుకో అన్నారు" మహారాజు

"దైవానుగ్రహము చేత నాభార్య ఊర్మిలకు గర్భము నిలచెను. చాలాకాలమునకు ఊర్మిలదేవి ఆనందంగా వుంది కదా! మహామంత్రీ ఏ సంపద కలిగినా ఇంత ఆనందం కలగదు" అన్నారు ధర్మాంగద మహారాజు. "అవును మహారాజా ఈ రోజు చాలా మంచి రోజు. ఈ సందర్భంగా చాలా దానములు చేస్తాను" అన్నాడు మహామంత్రి.

"ఇదిగో రాణివాసంలో పనిచేసే మీరందరూ యీ ముత్యాలహారాలు తీసుకోండి, ధర్మాంగద రాజుకి కుమారుడు పుట్టబోతున్నాడని అందరికీ చెప్పండి" అన్నాడు.

"అలాగే మహామంత్రి! ఆనందంతో చెబుతాం" అన్నారు పరిచారికలు

వృద్ధ బ్రాహ్మణులు, వృద్ధ పండితులు కలసి వచ్చి "మహారాజా! యీరోజు మంచిరోజు. ఒక మంచి మాట మా చెవుల పడింది. మేము ఆనందంతో ఒకసారి మిమ్ములను దీవించవలెనని వచ్చాము" అని ఆశీర్వదచనములు పలికి వెళ్ళారు.

"మహారాజా! నీ ధర్మపాలన, నీ జాలి మనస్సు, నీ దానగుణము, నీకు సత్పుత్రుని ప్రసాదిస్తుంది, నీలాంటి యువరాజు మాకు లభిస్తాడు" అని పెద్దలు వచ్చి రాజును దీవించారు.

"ఈ పురములో అందరూ ఆనందంతో పండుగ చేసుకుంటున్నారు మహారాజా" అని కొందరు తమ ఆనందాన్ని తెలియజేశారు.

పెద్ద ముత్తయిదువలు, ఆరునెలలు గడువగా ఆనందంతో వచ్చి ఊర్మిలాదేవికి సీమంతపు వేడుకలు చేయాలని, గాజులు తొడగాలని, పువ్వులు ముడవాలని, ఒక మంచి రోజు నెంచుకున్నారు. వారి ఆనందాన్ని మహారాణి కాదనలేదు. బంధువులు కూడా ఆరోజుకు వచ్చారు. అందరూ ఆనందంతో ఆ వేడుకను పెళ్ళి సంబరంగా జరిపించారు. ధర్మాంగద మహారాజు ఆనందంతో ఆ వేడుకను పరికించి ఆనందించారు.

రాజవైద్యులు వచ్చి ఊర్మిలదేవిని పరీక్షించి మందులిచ్చి, ఏ మందు ఏ వేళకు వేయాలో మిత్రవిందకు చెప్పి మహారాణిని ఒంటరిగా వుండనీయక కనిపెట్టుకుని వుండండి, ఆమెకు తొమ్మిదవ మాసం వచ్చింది. ఆమె చాలా కంగారు పడుచున్నారు. ఏ క్షణమునైనా, ప్రసవవేదన కలుగవచ్చు, నేనూ చూస్తూవుంటాను. ఆమెకు ధైర్యం కలిగించుచూ వుండండి" అన్నారు. "అలాగే చేస్తాను వైద్యులవారూ" అంది మిత్రవింద

ఒక రోజు రాత్రి రాణి ఊర్మిలాదేవి భోజనం చేయలేదు. అమ్మా మహారాణి పళ్ళరసమైనా తీసుకోండి అని ఇచ్చింది మిత్రవింద.

"ఏదో బాధగా వుంది, ఇది కూడా వద్దు" అంది ఊర్మిలాదేవి. "అమ్మా! అలా అనొద్దు మీరు మందులు వేసుకోవాలి కదా ఇది తీసుకోండి అని బలవంతంగా పట్టించింది" మిత్రవింద.

"మహారాణి కంగారు చెందకండి, వైద్యులు కంగారు పడనక్కరలేదు, ఆమె ఆరోగ్యం చాలా బాగుందన్నారు. కొంచెం సేపు పడుకోండి అంది" మిత్రవింద. కొంచెంసేపు పడుకున్న మహారాణీ లేచి అటూ ఇటూ తిరుగుతోంది. ఆమెలో బాధలు మొదలయ్యాయి. బాధ భరించలేక మూలుగుతోంది. నెప్పులు మొదలయ్యాయి. మంత్రసానులు వచ్చి కూర్చున్నారు, గర్భవేదనలు ఎక్కువయ్యాయి.

రాజుగారి కొలువులో బ్రాహ్మణోత్తములు లగ్నవేళలు పరికించుచున్నారు.

ధర్మాంగద రాజు మంత్రిని చూసి "మంత్రివర్యా! నాకు ఆందోళన కలుగుతోంది. నా మనసు పరిపరివిధాలు ఆలోచిస్తోంది. మహారాణి వాసం దగ్గరకు వెళ్ళాలనిపిస్తోంది" అన్నారు.

"మహారాజా! కంగారు పడకండి. కొంతసేపు వుండండి" అన్నాడు మంత్రి. మంత్రివర్యా "నువ్వు నాకు సోదరునితో సమానం. నువ్వుకూడా నాతో రావాలి, నాకు ధైర్యంగా ఉంటుంది. అక్కడకు వెడదాం అన్నారు" ధర్మాంగదరాజు. సరే మహారాజా అలాగే వెడదాం నడవండి అని రాజుగారు, మంత్రి రాణివాసంలో కూర్చున్నారు.

ఊర్మిలాదేవి చాలా బాధపడుతోంది. ఆ బాధ విని రాజుకు ముచ్చెమటలు పట్టుచున్నాయి. మంత్రసానులు కాచుకొని యున్నారు. రాజవైద్యులు ఇస్తున్న మందులు మింగిస్తున్నారు. బుగులు బుగులు మనచు పొగలు వస్తున్నాయి. మంత్రసానులు ఆశ్చర్యముతో చూస్తున్నారు. రెండు నాలుకలతో చిర్రు బుస్సు మనచు శేషుండు పుట్టేడు. పుట్టగానే చూసిన మంత్రసాని దెయ్యమని కేకేసి పరుగున వెళ్ళబోయి పడిపోయింది.

యింకొక మంత్రసాని పాము, పాము అని అరుస్తూ బైటికి పరుగెత్తి, పాము పాము అని చెలికత్తెలు, దాదులు పరుగెత్తి పారిపోతున్నారు. ఏం జరిగింది అని మంత్రి బైటకు వచ్చాడు. 'శేషుడు పుట్టాడు మహామంత్రి' అని ఒక మంత్రసాని చెప్పింది. ఆ మాట వినగానే రాజు మూర్ఛపోయాడు.

మహారాణికి శేషుడు పుట్టాడా అని నిర్ఘాంతపోయి ధైర్యం తెచ్చుకొని, కంగారు పడకండి అన్ని తలుపులూ మూసెయ్యండి, ఎవ్వరూ బయటికి వెళ్ళవద్దు. ఎక్కడెక్కడున్న వారందరూ రహస్య మందిరం దగ్గరకు వచ్చేయ్యండి. ఇది మహా మంత్రి ఆజ్ఞ అన్నాడు. రాజుదగ్గరకు వెడుతూ..

'మహారాజా కంగారు పడకండి' అని రాజుని లేపి నీళ్ళు చల్లాడు, రాజు లేవలేదు.

మిత్రవింద మంత్రసానిని చూసి "రాణీని వదలిరాకండి. నేను వుంటాను భయపడకండి" అని వారిని తీసుకుని రాణి దగ్గరకు వెళ్ళింది. లలిత కూడా వారితో వెళ్ళింది. పుట్టగానే బుసకొట్టిన శేషుడు చుట్ట చుట్టుకొని పడుకున్నాడు. మిత్రవిందతో లోనికి వెళ్ళిన మంత్రసానులు ధైర్యంతో తెలివిగా ఒక బట్ట శేషుడిపై కప్పి లేవకుండా ఆ బట్టను మడిచి వుంచారు.

పడుకుని కళ్ళవరకూ పమిటి కొంగు కప్పుకుని విలపిస్తున్న ఊర్మిలాదేవిని చూచిన మిత్రవింద "అమ్మా అని ఆమె మీదకు ఒరిగి ఆమె తల పట్టుకొని బోరున ఏడ్చింది." మిత్రవిందను రాణి పట్టుకుని "మిత్రా.. నా చెలీ" అని భోరున ఏడ్చింది.

"మిత్రా బాధపడకు, అమ్మా మహారాణి బాధపడకండి" అంది కళ్ళు తుడుచుకుంటూ" లలితాంగి. "చెలులారా! మన ఆశలన్నీ అడి ఆశలయిపోయాయి, మన ఆనందం అంతా నేలపాలయిపోయింది. ఎక్కడా వినలేదు, కనలేదు, ఈ వింత నాగేంద్రుడు నా కడుపున పుట్టడమేమిటి చెలీ! యీ బాధ నేను ఎలా భరించనే తల్లీ, ఇప్పుడు ఏం చేయాలి, ఇదంతా నా కర్మమే" అని బాధపడుతోంది రాణి.

"మిత్రమా నువ్వు రాణిగార్కి ధైర్యం చెప్పాలి. నువ్వే బాధపడితే ఎలాగ. 'అమ్మా మహారాణీ! మీకు చెప్పదగినదాన్ని కాదు. మేము కూడా బాధపడుతున్నాము, ఏమీ జరగలేదు అన్నంత ధైర్యం తెచ్చుకోండమ్మా! అక్కడ మహారాజు స్పృహలేకుండా వున్నారు. మీరు అందరూ ధైర్యం తెచ్చుకొని ఆయనకు ధైర్యం చెప్పండి అంది" పెద్ద మంత్రసాని.

"మహారాజా! మనం దురదృష్టవంతులం" అని మళ్ళీ ఏడ్పు మొదలెట్టింది,రాజుని తలచుకుని. "అమ్మా మహారాణీ మీరు గుండె దిటవు చేసుకోండమ్మా బాధపడకండి. రాణీ వాసంలోనే వున్న మహారాజుగారికి తెలివి వచ్చిందో? లేదో? చూచి వస్తాను" అంది లలితాంగి.

"మహామంత్రి చెన్నప్పగారు తొందరగా అందరినీ రహస్య మందిరానికి రమ్మని పిలుస్తున్నారు. మంత్రసానులూ, మీరు కూడా రండి, మిత్రవిందా! ఎక్కడ ఎక్కడ ఎవరున్నారో వారందరినీ తీసుకుని అక్కడికి వచ్చేసెయ్యి" అంది కంగారుగా వెడుతూ లలితాంగి.

మహామంత్రి చెన్నప్ప అందరినీ చూసి, "రాణీవాసంలో పనిచేసే యువతులారా! మీ అందరికీ చెప్పేదేమిటంటే జరిగిన విషయం అదే? మహారాణికి శేషుడు పుట్టాడన్న విషయం ఎక్కడా తెలియనివ్వకూడదు. మీరు ఏమి చెప్పాలంటే, ధర్మాంగరాజుకు మగ పిల్లవాడు పుట్టాడు అని చెప్పాలి. తెలిసిందా! గుర్తుంచుకోండి.

ఎక్కడైనా ఈ విషయం బయటికి తెలిసిందా! ప్రాణాలు వుండవు జాగ్రత్త! మంత్రసానులూ, మీరు కూడా గుర్తుంచుకోండి. ఊర్మిలాదేవికి మగబిడ్డ పుట్టాడని చెప్పండి. తెలిసిందా! ఇది మహామంత్రి చెన్నప్ప ఆజ్ఞ" అన్నాడు. అలాగే మంత్రివర్యా అన్నారు ఆ పరిచారకులు. "సరే ఇక్కడ నుంచి వెళ్ళండి మీ పనులు మీరు చేసుకోండి. నేను వెళ్ళమని చెప్పేదాకా, ఎవ్వరూ రాణీవాసం విడిచి వెళ్ళడానికి వీలులేదు గుర్తుంచుకోండి" అన్నాడు మంత్రి చెన్నప్ప.

రాజుదగ్గరకు వెళ్ళి చూస్తున్నాడు మహామంత్రి. కొంతసేపటికి రాజుకు తెలివి వచ్చింది మంత్రిని చూచి "చెన్నప్పా! నా భాగ్యం ఇలా ఉందేమిటి? ఇప్పుడు నేను ఏమి చేయాలి? ఎక్కడకైనా వెళ్ళి తలదాచుకోవాలనుంది. పాము మనిషికి పుట్టడమనేది ఎక్కడా వినలేదు. కనలేదు. ఏదో

మహాపాపం వలన నాకే యిలా జరిగింది. విశ్వంలో లేని వింత ఒకటి పుట్టింది. నా భాగ్యం వలన అది నాకు కలిగింది. మంత్రివర్యా నేను తలెత్తుకుని తిరుగలేను. ఈ బాధ భరించేకన్నా మరణించడమే చాలా సులభమేమో అనిపిస్తోంది' అన్నాడు ధర్మాంగదరాజు.

"ఆగండి మహారాజా! అలా మాట్లాడకండి. ధర్మాంగద రాజు మీరు ధైర్యం విడచి మాట్లాడుచున్నారు. ధైర్యం తెచ్చుకొని ఒక్కసారి ఆలోచించండి. బాగా ఆలోచించుకోవలసిన సమయం వచ్చింది. యీ వార్త భువిలో ఎవరు విన్నా కానీ, మనని చులకనగా చూస్తారు. ధర్మాంగద రాజుకు పుత్రుడు పుట్టాడని పుడమిలో చాటించండి. భూసురులకు భూదానాలివ్వండి. పేదలకు అన్న, వస్త్రదానాలు యివ్వండి లేకపోతే, మనకు అపకీర్తి వస్తుంది. వున్న పేరు ప్రఖ్యాతలు తగ్గిపోతాయి. ఇలా చెయ్యకపోతే సామంతరాజులే కాక, పురజనులు కూడా మనలను చులకనగా చూస్తారు. ఇప్పుడు జరిగిన విషయాన్ని కప్పిపెట్టకపోతే. ఇది తలచుకొని మీరు బలహీనపడిపోతే జరిగే పరిణామము ఒక్కసారి ఊహించండి. రహస్య గూఢాచారులు తిరిగి చూస్తుంటారు. మనరాజ్యానికి సంబంధించిన విషయాలన్నీ ఎప్పటికప్పుడు వారి రాజుకు చేరవేస్తూ వుంటారు కదా. అది నేను మీకు చెప్పనవసరంలేదు మహారాజా.

యిలాంటి సమయం ఏదైనా వస్తే కొంతమంది సామంత రాజులు మనసు మార్చుకొని మనమీదకు కాలుదువ్వుకొస్తారు. రాజు బలహీనపడ్డాడని తెలిస్తే వాళ్ళు మారిపోతారు. యుద్ధం ప్రకటిస్తారు మహారాజా. మీరు తెలియని వారు కాదు" అన్నాడు మహామంత్రి.

"నా గౌరవాన్ని, మన రాజ్యాన్ని దృష్టిలో పెట్టుకొని నువ్వు చెప్పినదంతా ఆలోచించాను. కానీ మహామంత్రి ఇది అంత చిన్న విషయం కాదు. ఏ సమయంలోనైనా బిడ్డను చూపించవలసి వస్తే ఎలా చూపిస్తావు" అన్నాడు రాజు.

"అవును మహారాజా! ఇది చిన్నవిషయం కాదు. నా కొడుకును మీ కొడుకుగా చూపిస్తాను అన్నాడు" మంత్రి.

చెన్నప్పా...అని ఆశ్చర్యంగా చూసాడు ధర్మాంగద మహారాజు.

"అవును మహారాజా! మొన్ననే జన్మించిన నా మగబిడ్డను అవసరం వచ్చినప్పుడల్లా నీ బిడ్డగా చూపించి, ఈ క్లిష్టపరిస్థితిని దాటాలని నిర్ణయించుకొన్నాను అన్నాడు" మహామంత్రి.

"నీ సాహసానికి, నీ ఔదార్యానికి ధన్యవాదాలు మంత్రీ" అన్నాడు మంత్రి చేతులు పట్టుకొని మహారాజు.

"ఇంతకుముందు తమరు నువ్వు మంత్రివికావు, నా సోదరునితో సమానం. రాణీవాసానికి నువ్వు రా... అన్నారు కదా! మహారాజా సోదరుని వంటి మహారాజుకు ఈ మాత్రం చెయ్యకపోతే, నేను మంత్రిననిపించుకోను ప్రభూ" అన్నాడు మంత్రి. చెన్నప్పా అని రాజు మంత్రిని దగ్గరకు తీసుకున్నాడు. "మహారాజా మీరు ఆనందంగా వుండి రాజదర్బారులో పంచాంగాలు చూస్తూవున్న

బ్రాహ్మణులకు, పుత్రుడు పుట్టాడని చెప్పాలి, ఆ ఏర్పాట్లన్నీ నేను చేస్తాను. సిద్ధం కండి మహారాజా అన్నాడు" మంత్రి.

మంత్రివర్యా! మహారాణి, రాజుగారి క్షేమ సమాచారం తెలుసుకొని రమ్మన్నారు. అంది లలితాంగి.

ఆమాట విన్న రాజు, నేను తక్షణమే ఊర్మిలాదేవిని చూడాలి అన్నారు. "లలితాంగీ! రాజుగారు స్పృహలోకి వచ్చారు. రాణీకి చెప్పి మంత్రసానిని అడిగి ప్రసవం జరిగిన టైము తెలుసుకొని తొందరగారా" అన్నాడు మంత్రి చెన్నప్ప.

"అమ్మా మహారాణీ! మహారాజుకు స్పృహవచ్చింది అని మంత్రి చెప్పమన్నారు. "మంత్రసానీ మీరు రాణీ ప్రసవించిన టైము వేసారా అంది" లలితాంగి. పెద్దమంత్రసాని 'ఆదమ్మ' ఆలోచనగా చూస్తోంది. నేను ఆ టైము వేసాను 10-05ని|| అయ్యింది ఇదిగో అని ఒక కాగితం ఇచ్చింది చిన మంత్రసాని. ఇదిగో మహామంత్రి! ఆమె వేసిన టైము అని ఇచ్చింది లలితాంగి.

"లలితాంగి! నీవు వేరొక చెలి కలసి కొన్ని మధుర పదార్థాలు తీసుకొని రాజదర్బారులో వుండండి. మహారాజుగారు, నేను వస్తాను" అన్నాడు మంత్రి చెన్నప్ప!

రాజాధిరాజ...రాజమార్తాండ, ధర్మాంగధ ప్రభువుకు మగబిడ్డ జన్మించాడు. ఈ రోజు ఉదయం 10-05 ని॥లకు లగ్నవేళలు పరికింపుచున్న బ్రాహ్మణోత్తములకు, సభలోని వారికి ఈ వార్త తెలియజేస్తున్నందుకు ఆనందిస్తున్నాడు మంత్రి చెన్నప్ప.

బళి బళి మహరాజా బళిరేబళి నేడు సుదినం. రాజు వంశోద్ధారకుడిని కన్నాడు. ధర్మాంగధరాజుని ధర్మదేవత దీవించింది. సుపుత్రుని ప్రసాదించిందని, సభలోని వారు కొందరు అంటున్నారు. నీ బిడ్డడి జన్మలగ్నం చాలా బాగుంది మహారాజా అన్నారు బ్రాహ్మణోత్తములు.

రాజు ఇచ్చిన కానుకలు తీసుకొని రాజుని దీవించి వారి ఇండ్లకు వెళ్ళిపోయారు.

"మహారాజా! "మీరు రాణీ గారి దగ్గరకు వెళుతున్నారా" అన్నాడు మంత్రి. "నేను రాణీని చూసివస్తాను ఆమె ఎలా వుందో అన్నాడు" ధర్మాంగద మహారాజు.

"మహారాజా! మీరు రాణీగార్ని చూసి ఆమెకు ధైర్యం చెప్పాలి. ఆరోజు పండితులు వారు చెప్పిన మాటలు మీకు గుర్తున్నాయా! మీకు త్వరలోనే సంతానం సిద్ధిస్తుందని, కొన్ని చిక్కు సమస్యలు వచ్చినా, మీ వంశం నిలబడుతుందని వారు చెప్పారు. ఆ మాట ఆయన అనగానే రాణీ గారు ఆనందంతో వెళ్ళిపోయారు. మీరు పండితుల వారిని మహాశయా, సంతానం కలిగాక కొన్ని చిక్కు సమస్యలు వస్తాయి అన్నారు. నాకు ఆందోళనగా ఉంది. అల్పాయువు కల సంతానమా? అంగవైకల్యము కలిగిన సంతానమా? పుత్రుడా, పత్రికా అని అడిగారు. ఆయన మళ్ళీ ఒకసారి పంచాంగం చూసి పుత్ర సంతానమే కలుగుతుంది. అల్పాయువు గల సంతానం కాదు,

ఆయుర్ధాయం బాగానే ఉంది అన్నారు. ఈ శేషుడే మగపిల్లవాడవుతాడేమో, మీ వంశం నిలబడుతుందేమో అన్నదే నా ఆశ మహారాజా" అన్నాడు మంత్రి చెన్నప్ప.

"నీ మాటలు నా హృదయ భారాన్ని తొలగిస్తున్నాయి. చెన్నప్పా" అన్నాడు మహారాజు.

"అలాగే మీరు రాణీగార్ని ఓదార్చి, ఆమెకు ధైర్యాన్ని ఆశను కలిగించి ఈ విషయాన్ని చాలా రహస్యంగా వుంచాలని మీరు మరీ మరీ చెప్పాలి. అలా చేయండి మహారాజా" అన్నాడు మంత్రి చెన్నప్ప.

"మహారాణీ! ధర్మాంగదరాజు తమ దగ్గరకు వస్తున్నారు" అంది లలితాంగి. రాజుని చూడగానే ప్రభు అని చేతులు చాచింది ఊర్మిలాదేవి.

రాణీ అని రాజు ఆమె మంచం దగ్గరకు వెళ్ళి ఆమెను గుండెకత్తుకొన్నాడు. ఇరువురి హృదయాల్లో వున్న బాధంతా కన్నీరుగా మారి ప్రవహించింది. కొంతసేపటికి "మన ఆశలన్నీ అణగారిపోయాయి ప్రభూ" అంది రాణి.

"అలా నిరాశ చెందకు ఊర్మిలా! మనకు కలిగిన ఈ శేషుడే పిల్లవాడై తిరుగుతాడు. మునుల శాపాల కారణంగా కొంతమంది మనుష్యులు శిలలుగాను, జంతువులుగాను మారినట్లు పురాణాల్లో విన్నాము. ఏ శాపమున ఈ బిడ్డ శేషుడుగా వుండి మన కడుపున పుట్టాడో మనకు తెలియదు. రాణీ నీకు గుర్తు ఉందా? ఒకనాడు ఒక ఉద్ధండ పండితులు వచ్చారు. ఆయన మనకు సంతానం కలుగుతుంది అని చెప్పారు. ఆయన ఆ మాట అనగానే నువ్వు చాలా ఆనందించావు. ఆ పండితులు కొన్ని సమస్య వచ్చినా మీ వంశం నిలబడుతుంది అన్నారు. ఆయన మాట ప్రకారమూ ఈ శేషుడే పిల్లవాడవుతాడని ఆశగా వుంది" అన్నాడు ధర్మాంగద మహారాజు

"మహారాజా! మీ మాటలు నా మనసులో ఆశలు కలిగిస్తున్నాయి. అలా జరుగుతుందనే మాట వినగానే నా మనస్సు ఆనందంతో నిండిపోతోంది మహారాజా" అంది.

"మహారాణీ! నేను చెప్పే మాటలు శ్రద్ధగా విను. రాజవంశపు గౌరవాన్ని పరువు, ప్రతిష్ఠలను దృష్టిలో పెట్టుకొని మన మహామంత్రి చెన్నప్ప చేసిన మహోపకారాన్ని నీకు చెబుతున్నాను విను. మనకు శేషుడు పుట్టాడని తెలిస్తే అందరూ మనలను చులకనగా చూస్తారు సాటి రాజులలో పరువు పోతుందని ఇప్పుడు రాజదర్బారులో వున్నావారికి ధర్మాంగదరాజుకి పుత్రుడు పుట్టాడు అని చెప్పాడు. నా చేత బ్రాహ్మణులకు సంభావనలు ఇప్పించాడు" అన్నాడు రాజు. "మహారాజా! ఇది ఎలా సాధ్యము అంది" ఊర్మిలాదేవి.

తనకు పుట్టిన పుత్రుని మన పుత్రుడుగా చూపుతాను అన్నాడు. ఈ క్లిష్ట పరిస్థితి దాటడానికి ఇంతకన్నా వేరే మార్గము లేదు అన్నాడు దేవీ, నేను కూడా సరే మంత్రీ అలాగే చేయి అన్నాను. నువ్వు కూడా ఈ విషయాన్ని అంతటినీ దృష్టిలో పెట్టుకొని, మనకు శేషుడు పుట్టాడన్న విషయం చాలా రహస్యంగా ఉంచాలి. అలాగే మనకు మగబిడ్డ పుట్టినట్లు ఆనందంగా ఉండాలి తెలిసిందా దేవి. ఈ

పరిస్థితిని దృష్టిలో ఉంచుకుని మసలుకో. నువ్వు ధైర్యంగా లేకపోతే నేను రాజ్యపాలన చేయలేను ఊర్మిలాదేవి" అన్నాడు ధర్మాంగదరాజు.

"అలాగే మహారాజా! మీరు చెప్పినట్లే నడుచుకుంటాను. మీరు ధైర్యంగా వుండండి" అంది ఊర్మిలాదేవి.

"మంత్రసానీ! నా చిన్న శేషునికి పన్నీటి జలకము తెచ్చి స్నానం చేయించండి. తడి తుడిచి ధూపం వేయండి మిత్రవింద పెట్టి తెప్పించి అందులో పట్టుపరుపు వేసి, అందులో పెట్టి పాలు త్రాగించండి అంది" మహారాణి.

ఆమెకు సమాధానం వినిపించలేదు. అందరూ తలవంచుకున్నారు. రాణీ కళ్ళు తెరచి చూసింది మిత్రవిందా, లలితాంగీ కన్నీరు కారుస్తున్నారు. వారిని చూసిన మహారాణీ! మిత్రవిందా! లలితాంగీ మంత్రసానులు! విచారించకండి ఏదో అలా ఆలోచన లేకుండా అనేసాను. మీరు భయపడుతున్నారా? అవును మీకు భయం వుంటుంది" అంది మహారాణి.

మమ్మల్ని క్షమించడమ్మా అన్నారు మంత్రసానులు. క్షణమాలోచించి ధైర్యం తెచ్చుకుని "మిత్రవిందా నన్ను పట్టుకో అని ఆమె సాయంతో లేచినుంచుని నడుం బిగకట్టుకొని శేషుడని తెలియక తొమ్మిది నెలలు, కడుపులో పెంచాను. తెలిసి ఇప్పుడు తల్లిలా శేషుని పెంచుతాను ధర్మం తప్పని నా భర్త ధర్మాంగద మహారాజు. ఆయన ప్రియసఖి ఊర్మిలికి కలిగిన ఈ శేషునికి ఏలోటూ రాకుండా చూసుకుంటాను" అని పన్నీరు జలకం తెప్పించి, నిద్రస్తున్న శేషుని తల దగ్గర " కుడి చేతిలో పట్టుకొని స్నానం చేయించి, తుడచి ధూపమేసింది. పాలు త్రాగించి పెట్టెలో పరుపు మీద పెట్టింది. చుట్టచుట్టుకొని శేషుడు ఆ పెట్టెలో నిద్రపోయాడు. మంత్రి చెన్నప్ప రాణివాసంలోని పరిచారకులను, మంత్రసానులను మరొక్కసారి హెచ్చరించి కొంత ధనాన్ని ఇచ్చి ఇళ్ళకు వెళ్ళమన్నాడు.

పొద్దుగూకు వేళ పురవీధుల్లో దండోరా వేస్తున్నాడు. పుర జనులకు నేను చెప్పే విషయమేమిటంటే ఈరోజు ఉదయం పది గంటలకు ధర్మంగదరాజు గార్కి మగబిడ్డ పుట్టినాడు. గాన రేపు ఉదయం 11 గంటలకి రాజుగారు పేదలకు అన్నదానం, వస్త్రదానం చేయుచున్నారని మహామంత్రి చెన్నప్పగారు పురజనులకు తెలియజేయమన్నారు. అందు కారణంగా తెలియజేసేదేమిటంటే, రాదలచిన వారు అందరూ వచ్చి అన్నదానము, వస్త్రదానమును తీసుకోవలసిందని ఈ వెంకటప్ప తెలియజేస్తూన్నాడహో" ఈ దండోరా అందరూ వినవలసిందహో..." పురజనులు నాలుగు వీధుల కూడలిలోకి వచ్చి దండోరా వింటున్నారు.

అదేసమయాన, రాజభటుడు బ్రాహ్మణ అగ్రహారంలో ఇంటింటికీ వెళ్ళి భూసురోత్తములారా ధర్మాంగద రాజునకు ఈరోజు ఉదయం మగబిడ్డ జన్మించినాడు. రేపు మా

రాజు భూదానం చేయుచున్నాడు గాన భూసురు అందరికీ చెప్పమని నన్ను పంపారు. మీరందరూ దయచేయగోరతాను అని చెప్పి వచ్చాడు.

★★★

ఒకరోజు పాలు త్రాగిన శేషుడు కనబడలేదు పెట్టెలో లేదు రాణీ చూసి "మిత్రవిందా! నా చిన్న శేషుడు పెట్టెలో లేదు. ఎక్కడకు వెళ్ళిపోయాడే? నా బిడ్డ ఏడి నా శేషుడేడే' అని కంగారు పడిపోతోంది రాణీ.

“మహారాణీ! కంగారు పడకండి మనశేషుడు ఎక్కడకీ వెళ్ళడు. ఇక్కడే ఎక్కడో ఉంటాడు” అని మిత్రవిందా, లలితాంగీ వెతుకుతున్నారు కంగారుపడిపోతూ.. బయటకి ఎక్కడకైనా వెళ్ళిపోయాడేమోనే, అప్పుడప్పుడు రాణీ చిన్న శేషుడు క్షేమమేనా అని అడిగే రాజుగార్కి ఏమని చెప్పనే, ఏ నాటికైనా ఈ శేషుడు మనిషవుతాడని ఆశతో వున్న ఆ వెర్రిరాజుకి ఏమని చెప్పను, మనకు ఈ ఆశ కూడా లేదు శేషుడు వెళ్ళిపోయాడు. మనలను వదిలేసి అని చెప్పనా అని మరీ మరీ తలచుకుని ఏడుస్తోంది.

అమ్మారాణీ! బాధపడకండి అంది మిత్ర. “బయటకి వెళ్ళి ఎవరి కళ్ళపడినా పామని భయపడి కొట్టి చంపేస్తారే నా తండ్రిని, మిత్రా బయటకు వెళ్ళి వెదుకుదామే ఎవరన్నా చంపేస్తుంటే చంపకండి అది పాము కాదు నా బిడ్డ అని ఆపి తెచ్చుకుంటానే అయ్యబాబోయి” అని గుండెబాదుకుంటున్న రాణీని చూసి “అలా ఊహించకండి మహారాణీ అలా అనుకోకండి” అన్నారు మిత్రవిందా,లలితాంగీ.

“నా గుండె బ్రద్ధలైపోతుందే మిత్రా! ఐదు నెలల నుంచి పెంచుతున్నాను. ఏనాడూ యిలా అవ్వలేదు” అంది రాణీ. అవునమ్మా పొరపాటు జరిగింది అని బాధపడతోంది. బీరువా పై నుంచి దిగుతున్న శేషుని చూచి అమ్మా శేషుడు అంది. చిన్నశేషూ యిక్కడ వున్నావా ఎంత ఏడ్చేను రా తండ్రి అంది. శేషుడు బుసబుస్ మని నాలుక ఆడించి ఏదో చెబుతున్నాడా! అన్నట్టుగా వున్నాడు. రాణీ పెట్టె తెరవగానే అందులోకి వెళ్ళి చుట్ట చుట్టుకుని పడుకున్నాడు. ఆ పెట్టె ఒళ్ళో పెట్టుకుని పైన చెయ్యి వేసి పట్టుకొంది.

ఇన్నాళ్ళూ గొడ్రాలినని సాటివారు చులకనగా చూసారని బాధపడ్డాను. ఏ దేముని దయవల్లనో సంతానం కలుగుతోందని ఆనందించాను. ఇప్పుడు ఈమె పామును కన్నదా అని అందరూ హేళన చేస్తారు. మహారాజుకు అపకీర్తి వస్తుందని ఈ శేషుని రహస్యంగా పెంచుచున్నాను. మిత్రవిందా. మీరు నాకు తోబుట్టువుల్లాగ ఉండి నన్ను చూసుకుంటున్నారు. జాగ్రత్త సుమా” అంది రాణీ ఊర్మిలాదేవి. మహారాణీ! చాలా జాగ్రత్తగా ఉంటాం అన్నారు.

★★★

"చెన్నప్పా నా ఆశ ఆశగానే మిగిలిపోయింది. ఎన్నో సమస్యలు ఎదురుకొన్నాను నీ సహాయంతో, ఇప్పుడు మరికొన్ని సమస్యలు వస్తున్నాయి. నేను ఏమి చేయను మంత్రి వర్యా.

క్లిష్ట పరిస్థితిలో ఒక అబద్ధం చెప్పాక, దాన్ని కప్పిపుచ్చుకోవడానికి ఇంకొక ఆబద్ధం చెప్పాలి. అలా అబద్దాలు చెప్పుకుంటూ మరింత చిక్కు పరిస్థితిలో వడిపోయాక, దారి తెన్నూ కనిపించక, కొట్టుమిట్టాడిపోతాడు మనిషి, ఇప్పుడు నేను అలానే వున్నాను మంత్రివర్యా" అన్నాడు మహారాజు.

"ఇప్పుడెందుకు ఇంతకలత చెందుతున్నారో తెలియచేయండి రాజా"

"కొన్ని దేశాల రాజులు పత్రికలు వ్రాసి పంపుచున్నారు. అందులో విషయమేమిటంటే వారి కుమార్తెను మన యువరాజుకిచ్చి పెళ్ళి చేయాలన్నది వారి కోరికట. మీ అంగీకారం తెలియజేస్తే, మేము మీ దగ్గరకు వచ్చి విషయాలు మాట్లాడుతాము అని వ్రాసారు. ఇప్పుడేమి చేయను మంత్రీ, నాకు ఏమీ తోచక బాధపడుచున్నాను అన్నారు" ధర్మాంగదరాజు.

"ధర్మాంగదరాజా! ఇంత మాత్రానికే విచారమెందుకు? ఎవరెవరు ఏమి వ్రాసేరో, వారి వారికి తగునట్లు వ్రాయండి. రాజా మీకు తెలియని విషయం కాదు కదా, కొన్నాళ్ళ వరకూ మా యువరాజుకు వివాహం చేయుటలేదు, ఇది మీరు గ్రహించవలెను అని వ్రాయండి. కొంతకాలం తరువాత ఆలోచిద్దాం" అన్నాడు మంత్రి. ఎంతకాలం ఆలోచిస్తాం ఆ తరువాత ఏం చేస్తాం?

"మహారాజా మనము రహస్య సమావేశం చేయాలి. మీరు వీలు చూసుకుని చెప్పండి" అన్నాడు మంత్రి చెన్నప్ప .

"ఈరోజు రాత్రి సభా కార్యక్రమాలు అయిపోయాక మీరు రహస్య మందిరానికి రావచ్చు మంత్రీ" అన్నాడు రాజు.

రహస్య మందిరంలో తలదించుకుని కూర్చున్న మహారాజును చూసి "ధర్మాంగద మహారాజా! చెన్నప్ప అనే మంత్రి లోనికి రావచ్చా" అన్నాడు.

"మంత్రి చెన్నప్పా! సామంతరాజుల దగ్గర రాజసభలోను నన్ను రాజుగాను, నువ్వు మంత్రిగాను వుండవలసి వుంటుంది? మనము ఏకాంతంగా ఉన్నప్పుడు అన్నదమ్ములలాగే వుంటాము" అన్నాడు ధర్మాంగదరాజు.

"అవును మహారాజా! ఆ చనువుతోటే ఇప్పుడు మీతో ఈ విషయం మాట్లాడాలని వచ్చాను" అన్నాడు మంత్రి.

"చెప్పు చెన్నప్పా" అన్నాడు రాజు.

"మన నాగరాజుకు పెళ్ళిచేయాలి కదా ఆ విషయం" అన్నాడు చెన్నప్పా.

"ఇప్పటికే నువ్వు, నేను, ఊర్మిలాదేవి నీ కుమారుడు నలిగిపోతున్నాము. ఇప్పుడు పెళ్ళి ఎలా చేస్తాము ఎవరు ఇస్తారు? వద్దు మంత్రీ వద్దు" అన్నాడు రాజు.

"మహారాజా వినండి. మన నాగరాజు పుట్టినప్పుడు జాతకం వ్రాసిన బ్రాహ్మణులను పిలిచి ఆ జాతకానికి సరిపోయే జాతకం గత పిల్లని చూడమందాం. ఆ పెళ్ళికూతురు జాతకంలో ఐదవతనం బాగుండి సంతాన యోగం బలంగా వుంటే మన నాగరాజులో మార్పు వస్తుందేమో" అన్నాడు మంత్రి.

"అలాంటి జాతకురాలు ఉంటే మాత్రం ఎలా పెళ్ళికి ఒప్పిస్తాము. ఇది ఇంకా పెద్ద సమస్య ఇంకా ఉచ్చులో కూరుకుపోతాం" అన్నాడు రాజు.

"ఇప్పుడు ఏదో ఒక లాగ ఆలోచించి పెళ్ళిచేయకపోతే మా పిల్లనిస్తాం, మా పిల్లనిస్తాం అని పత్రికలు పంపిన రాజులు, ధర్మాంగద రాజు కుమారునికి పెళ్ళి చేయుటలేదంటే, ఏఏ కారణాలు వున్నాయో అని అనుకుంటారు. నేను బాగా ఆలోచించాను. కత్తికి భాష్యం కట్టి పెళ్ళి చేద్దాం" అన్నాడు మంత్రి.

"ఇంక ఆలోచించే శక్తి నాకు లేదు ఎలా చేస్తావో నువ్వు చెయ్యి" అన్నాడు మహారాజు.

"విప్రపుంగవుల్లారా! ధర్మాంగదరాజు కుమారుడి జాతకం, మీరే వ్రాసారు. ఒకటి మీ దగ్గర ఉంచుకుని, ఒకటి మాకిచ్చారు. ఇప్పుడు మీరు రాజకుమారుని జాతకానికి సరిపోయే జాతకురాలైన చిన్నదానిని వెతికి చూడాలి. ఐదవతనము చూసి, సంతానయోగము చూసి, జాతకం మీకు బాగా నచ్చితే, పిల్ల మీకు నచ్చితే పిల్ల తల్లిదండ్రులకు ఒక మాట కచ్చితంగా చెప్పండి. ధర్మాంగదరాజు ఇంటి ఆచారం ఏమిటంటే, పెళ్ళికి పెళ్ళికొడుకు రాడు, కత్తికి బాషికం కట్టి పెళ్ళి చేస్తారు. పెళ్ళి ఘనంగా చేస్తారు. తిరుగు మరుగులు వారికి ఆనమాయితి లేదు. పిల్లను తీసుకుని వెళ్లిపోవటమే! ఈ విషయం వారికి ఇష్టమవ్వాలి, మిగిలిన వేడుకలన్నీ బాగా జరిపిస్తాం అని వారిని ఒప్పించి రండి. మీకు కావలసిన ధనం ఇస్తాం తీసుకుని వెళ్ళండి" అన్నారు మంత్రిగారు, రాజుగారు.

"అలాగే మహారాజా మీరు చెప్పినవన్నీ జాగ్రత్తగా చేసుకొస్తాం" అని ధనం తీసుకుని మహామంత్రి చెన్నప్పగారూ సెలవు, రేపు బయలుదేరతాం" అన్నారు బ్రాహ్మణోత్తములు.

"నారాయణశర్మా! నాకు ఇంక ఓపికలేదు. బడలిక ఎక్కువగా ఉంది. కొంతసేపు విశ్రాంతి తీసుకోవాలని వుంది" అన్నాడు, సోమనాథశర్మ చాపమీద చతికిలపడుతూ. "నాకూ అలాగే ఉంది. మనం వచ్చిన పని అవ్వలేదు. ఏమీ తోచటం లేదు. తిరిగి మనదేశం వెళ్ళిపోవడమే మంచిదని నిర్ణయించుకున్నాను" అన్నాడు నారాయణశర్మ. ఒక బ్రాహ్మణుడు వచ్చి వారి పక్కన కూర్చొని "అయ్యా మీరు ఎవరు? ఎక్కడికి వెడుతున్నారు! ఏ పని మీద వెడుతున్నారు" అని అడిగాడు.

"అయ్యా! మేము కాశ్మీర దేశములో కనకాపురంబను పట్టణంబులో నివసించే వారము. మా రాజు ధర్మాంగదుడు. మా రాజకుమారినికి పెళ్ళి చేయవలెనని, తగిన పెళ్ళికుమార్తెను చూడమని మమ్మల్ని పంపినారు. మేము అంగ, వంగ, కళింగ, బంగాళ, నేపాళ, పాంచాల,

మలయాళ దేశాలు తిరిగి బహురాజులు 5 ఇండ్లకు వెళ్ళి వారి కుమార్తెలను చూసినాము. కానీ, మా రాజకుమారిని జాతకానికి ఏ చిన్నదాని జాతకమూ కుదరలేదు. ఈ విషయం చెబితే రాజుగారు, మంత్రిగారు ఏమంటారో అని భయంగా వుంది. తిరిగేందుకు ఓపిక లేదు, వెళ్ళిపోవడానికి నిర్ణయించుకున్నాము." అన్నాడు నారాయణశర్మ.

"అలాగా! వివాహ కార్యార్థమై తిరుగుచున్నారా!! నేనొక విషయం చెబుతాను వినండి. సౌరాష్ట్ర దేశంలో మాణిక్యపురము అను పట్టణం కలదు. ఆ పట్టణం ఏలేటి రాజు రత్నాంగదుడు. ఆరాజునకు ఒక కుమార్తె కలదు. ఆ చిన్నదాని పేరు త్రిలోకసుందరి. ఆ కన్యకామణి అందము చెప్పుటకు బ్రహ్మదేవునికి కూడా తరం కాదు. ఆ పట్టణము ఇక్కడకు ఐదు ఆమడల దూరంలో వున్నది. వెంటనే వెళ్ళండి. ఆ చిన్నది మీ రాకుమారునికి కుదురుతుందేమో అనిపిస్తోంది" అని చెప్పాడు బ్రాహ్మణుడు.

"అయ్యా! మీ మాటలు మాలో కలిగిన నిరాశను తొలగిస్తున్నాయి. మీరన్నట్టు ఆ కన్యకామణి, మాకు యువరాజుకు కుదిరితే చాలా సంతోషిస్తాము. అని వారిద్దరూ కృతజ్ఞతతో ఆ బ్రాహ్మణునకు నమస్కరించారు. మేము యిప్పుడే మాణిక్యాపురం బయలుదేరతాం సెలవు" అని అక్కడ నుంచి బయలుదేరారు.

సభలో కూర్చున్న రత్నాంగ మహారాజు బ్రాహ్మణుల రాక తెలుసుకుని వారిని పిలిపించి "విప్రవర్యా! తమరు ఏ కార్యార్థమై మా దగ్గరకు వచ్చారో సెలవియ్యండి, తప్పక తమ కార్యాన్ని నెరవేరుస్తాము"

"రత్నాంగ మహారాజా! మేము కాశ్మీర దేశములో కనకాపురం అను పట్టణం నుంచి వచ్చినాము. మా మహారాజు ధర్మాంగద మహారాజు. ధరణి ప్రఖ్యాతి గాంచిన ఆ రాజునకు భార్య ఊర్మిలాదేవి! అత్యంత ప్రేమగల గుణవతియగు సతి. పుణ్యవతులైన ఆ దంపతులకు అతి సుందరాకారుడైనట్టి కుమారుడు కలడు. ఆ రాజకుమారునకు అవని రాజుల ఇండ్ల సరిజోడు అయినట్టి బాలను చూడమని మమ్ములను పంపెను.

మేము దేశదేశంబులెల్ల తిరిగి చాలా మంది రాజకుమార్తెలను చూసాము. మా రాకుమారునకు సరిపోయే కన్య కనుపడక వేసారి తిరిగి వెళ్ళిపోతుండగా మార్గ మధ్యమున ఒక విప్రుండు మమ్ములను కలసి మీ దగ్గర ఒక రూపలావణ్యము గల బాలికామణి ఉన్నది వెళ్ళండి అని సెలవిచ్చారు. ఆయన మాట ప్రకారము మీ దగ్గరకు వచ్చి మీ కుమార్తెను చూడగోరుచున్నాము. అలాగే ఆ బాల జాతకమును, హస్తసాముద్రికమును మీ అనుమతితో చూడగోరి వచ్చినాము." అన్నాడు సోమనాథశర్మ.

"కాశ్మీరదేశం నుంచి ధర్మాంగద రాజు కుమారుని, వివాహ కార్యార్థమై వచ్చినారా. మీ రాక మాకు చాలా ఆనందంగా ఉంది. ఆశీనులు కండి విప్రవర్యా! మా కుమార్తెను చూచెదరుగాని"

అన్నాడు రత్నాంగ మహారాజు, దాదులను పిలచి సుందరిని ముస్తాబు చేసి తీసుకురమ్మని చెప్పి పంపాడు.

సర్వాంగ సుందరియైన ఆ చిన్నబాలను సర్వాభరణాలతో అలంకరించి, మేలిముసుగు వేసి పూలగుత్తి చేతికిచ్చి " మీతండ్రిగారి దగ్గరకు వెళ్ళి నుంచో సభలో కాశ్మీర దేశం నుంచి బ్రాహ్మణులు రాకుమారునికి పెళ్ళికూతురుని చూడాలని, వచ్చారట ఇప్పుడు నిన్ను వారు చూస్తారు, చాలా జాగ్రత్తసుమా! మీ తండ్రిగారు ఏమి చెబితే అది చెయ్యి" అని సుందరి తల్లి కోమలి చెప్పి పంపింది.

ఇద్దరు చెలికత్తెలు చెరో చెయ్యి పట్టుకుని నడువగా కాలి మువ్వలు ఘల్లు, ఘల్లు మనగా హంస నడకల రీతిని ఆ బాలసుందరి తండ్రి దగ్గరకు వచ్చి నుంచుంది.

సభలోని వారు, ఆ బ్రాహ్మణులు ఆ బాలికను చూసి ముగ్ధులై మాట్లాడలేకపోతున్నారు. పున్నమి చంద్రుడో, పుల్లారవిందమో మరుని చేములికయో కలికియో, ఈ సుందరి మైనట్టి సుదతి నీ పట్టియా? రాజా అని ఒక కవి ఆనందంతో అన్నాడు.

బ్రాహ్మణోత్తములు తేరుకుని "రత్నాంగ మహారాజా మా చిన్నరాజునకు యీ చిన్న సుందరికి రతిమన్మదులు జంటవలె రమ్యంగా ఉంటుంది. ఈ అందచందమూ, వన్నెచిన్నెలలోనూ ఇద్దరూ ఒకరిని మించిన వారు ఒకరులా ఉంటారు. మీ సుందరి పేరుకు తగినట్లు వున్నది" అన్నారు బ్రాహ్మణోత్తములు. "మా సుందరి జాతక చక్రం యిదిగో, తమరు హస్తరేఖలు పరికించి చూడండి అన్నాడు" రత్నాంగ మహారాజు.

సుందరి హస్తమును బట్టి ఆయుర్దాయము ఐదవతనము, సంతాన భాగ్యము పరికించి చూచి, యీ సుందరి హస్తరేఖలు పరికించాము రాజా!

మీ కుమార్తెను లోనికి తీసుకుని వెళ్ళండి అన్నారు బ్రాహ్మణులు. చెలికత్తెలు ఆ సుందరిని తీసుకుని వెళ్ళినారు.

నారాయణశర్మ! రాకుమారుని జాతకము, సుందరి జాతకము బాగా పరిశీలించి,

" రత్నాంగ మహారాజా! మా రాకుమారుని జాతకము, మీ సుందరి జాతకమూ చాలా బాగా కుదిరినవి. సుందరి హస్తమున భాగ్యరేఖలు చాలా స్పష్టంగా కనబడుచున్నవి. గాన మీ చిన్నది, మా రాకుమారునికి అన్నివిధాలా సరిజోడుగా వుంటుంది. మా రాజుగారు, చెప్పిన విషయమేమిటంటే మీకు అన్ని విధములా నచ్చితే, మాకు నచ్చినట్లే వారి అంగీకారం కూడా తెలుసుకొనండి అన్నారు" అన్నాడు నారాయణశర్మ.

'ధరణిలో పుణ్యాత్ముడు అని పేరుగల రాజు, ధర్మాంగద రాజు, అట్టిరాజుతో సంబంధం మాకు యిష్టమే" అన్నాడు రత్నాంగరాజు.

"రాజా! మా రాజుగారి యింట పెళ్ళిలో ఆచారం వేరుగా ఉంటుంది. పెళ్ళికొడుకుకు బదులుగా కత్తి పంపి పెళ్ళి చేస్తారు. ఆ విషయం ముందుగా"మీకు చెప్పమన్నారు" అన్నాడు సోమనాథ శర్మ.

"మీరు మా సుందరిని చూచినట్లే మేము మీ రాజకుమారుని చూచిన తరువాత వారింట ఆచారం గురించి మాట్లాడుకోవచ్చు" అన్నాడు రాజు.

"విప్రపుంగవుల్లారా! మీరు ధర్మాంగదరాజు దగ్గరకు వెళ్ళి ఆ రాకుమారుని జాతకమును, హస్తరేఖలను పరికించి అందచందాలు విద్యావినయాలు పరిశీలించి రండి అన్నాడు రత్నాంగదరాజు" తన విప్రులతో.

బ్రాహ్మణులు నారాయణశర్మ, సోమనాథ శర్మ జరిగిన విషయమంతా చెప్పి "చూడచక్కని చిన్నది మన రాకుమారునికి దొరికినది అని మేము సంతోషముతో చెబుతున్నాము మహారాజా. ఆ రత్నాంగద రాజు! తన విప్రులను, మంత్రులను, మన రాకుమారుని చూచుటకు పంపారు. వారిని అతిథి గృహములో ఉంచి మేము వచ్చాము" అన్నారు.

చాలా సంతోషమైన మాట తీసుకొచ్చారు. విప్రవర్యా చాలా శ్రమబడి వుంటారు. మీరు కూడా ఆ విప్రుల దగ్గర వుండండి వారికి జరపవలసిన మర్యాదలు మంత్రి చెన్నప్ప చూస్తారు అన్నాడు మహారాజు. సభలోకి వచ్చి కూర్చున్నారు రత్నాంగదరాజు పంపిన విప్రులు, మంత్రులు, రాజకుమారుని రాకకోసం చూస్తున్నారు. ధర్మాంగదరాజు ఠీవిగా వచ్చి, సింహాసనం మీద కూర్చొన్నారు. "మహారాజా! వీరు సౌరాష్ట్ర దేశం నుంచి రత్నాంగదరాజు పంపగా వచ్చినవారు అన్నాడు." నారాయణశర్మ వారు లేచి ధర్మాంగదరాజుకు ప్రణామాలు అన్నారు.

హ...హ... కూర్చొండి మా విప్రులు విషయమంతా చెప్పారు అన్నాడు రాజు. సర్వాలంకార భూషితుడైన రాకుమారుడు వచ్చి వేరే సింహాసనం మీ్మద కూర్చున్నాడు. అందరి చూపులు ఆ యువరాజు మీదకే వెళ్ళాయి. మా రాకుమారుని మీరు ఏమేమి అడగాలనుకున్నారో అడగండి. ఇదిగో మా రాకుమారుని జాతకచక్రం పరిశీలించండి అన్నాడు మహామంత్రి. ఆ దేశం నుంచి వచ్చిన మంత్రులు, విప్రులు దగ్గరకు వెళ్ళి "మీ యువ కిషోర్ చంద్రబింబంలా " ఉన్నాడు" అని లేచి మంత్రి చంద్రయ్య, ఒక విప్రుని తీసుకుని రాజకుమారుని దగ్గరకు వెళ్ళి హస్తరేఖలు పరికించి చూడమని ఆ రాకుమారునితో మాట్లాడి చదువు గురించి సాములు గురించి అడిగి తెలుసుకున్నాడు. హస్తరేఖలు చూచిన విప్రుడు ఆనందంతో తలూపి వారి ఆసనాలలో కూర్చున్నారు. "మాకు పెండ్లి కుమారుడు అన్నివిధాలా నచ్చాడు అని నారాయణశర్మకు చెప్పాడు మంత్రి చంద్రయ్య." నారాయణశర్మ మంత్రివర్యా వారు ఏకాంత సమావేశం చెయ్యాలన్నారు మీరు అందరూ అక్కడకు రండి అన్నాడు. అలాగే వస్తాము నడవండి అని వారందరూ అక్కడకు చేరుకున్నారు.

భూసురోత్తములారా మంత్రివర్యులారా నేను ఒక విషయం మీకు చెప్పుచున్నాను. మా రాజుగారి ఇంట ఒక ఆచారము ఉన్నది అది ఏమిటంటే వీరు పెళ్ళికొడుకును పరదేశమునకు పంపుట వీరికి ఆనవాయితీ లేదు. కత్తికిని బాషికం కట్టి తీసుకువెళ్ళి సంబరంగా పెళ్ళి చేయించి పిల్లను తీసుకుని వస్తారు. వీరికి తిరుగు మరుగులు కూడా లేవు. ఆనవాయితీ ప్రకారమూ చేయాలని వారు నిర్ణయం అది తప్పరాదు అని మా రాజుగారి మాట మీకు చెబుతున్నాను.

"మీ రాజుగారితో ఈ విషయం చెప్పి, ఒప్పించి ఈ పెండ్లి జరిపించండి అన్నాడు" మంత్రి చెన్నప్ప.

"సరే మంత్రివర్యా మేము తక్షణమే వెళ్ళి మా రాజునకు చెబుతాం" అని లేచాడు చంద్రయ్య మంత్రి. వారందరూ రాజునకు, మంత్రికి, నమస్కరించి వారి దగ్గర సెలవు తీసుకుని, వారి దేశం బయలుదేరారు.

రత్నాంగరాజుకు జరిగిన విషయమంతా చెప్పాడు. పిల్లవాడు "చక్కని రూపము గలవాడు. ఇటువంటి ఆనవాయితీ గనుక వుంటే తప్పించుకోరు మహారాజా అన్నాడు" మంత్రి చంద్రయ్య.

విద్యకు విజయుండు, బుద్ధికి బృహస్పతిలాగ వున్నాడు. జాతకం బాగుంది, హస్తరేఖలు బాగున్నాయి మహారాజా అన్నాడు. పురోహితుడు రామయ్య శర్మ.

"సరే ఈరోజు ఆలోచించి రేపు నిర్ణయం తీసుకోవచ్చు మీరు వెళ్ళి విశ్రాంతి తీసుకోండి" అన్నాడు రత్నాంగరాజు.

మరునాడు రత్నాంగరాజు సభలోకి వచ్చి "మంత్రివర్యా చంద్రయ్య, రాజులకు రారాజు ధర్మాంగదరాజు ఆ రాజుతో వియ్యంబంధాలనే నిర్ణయించుకొన్నాను అన్నాడు. వారి ఇంటి ఆనవాయితీ వారిది, వెంటనే వివాహం జరిపించేద్దాం. రామయ్యగారు మంచి లగ్నం చూడండి. చంద్రయ్య మంత్రి లగ్నపత్రిక పంపిద్దాము" అన్నాడు రత్నాంగరాజు.

చాలా ఆనందమైన మాట విన్నాము మహారాజా అన్నారు రామయ్యశర్మ. చంద్రయ్య మంత్రి, ఈ పెళ్ళి కార్యక్రమమంతా నేనే చేస్తాను. మహారాజా అన్నాడు. చిన్నమంత్రి భద్రయ్య సభలోని వారు ఆనందించారు, హర్షధ్వానాలు పలికారు. "రాజా! తమ అంగీకారమును తెలుపుతూ వెంటనే పత్రిక పంపించండి" అన్నారు. పురోహితుడు రామయ్య.

"సరే! అలాగే చెయ్యండి మన అంగీకారం తెలుపుతూ పత్రిక పంపించండి" అన్నారు రత్నాంగరాజు.

ధర్మాంగదరాజా! మా మహారాజు రత్నాంగదులు వారు ఈ పత్రిక తమకు 'ఇవ్వమన్నారు అని పత్రిక తీసుకుని వచ్చిన భటుని చూసి, పత్రిక చదివి ఆనందించిన మంత్రి, ఆ పత్రిక రాజునకు

ఇచ్చాడు. అది చదివిన రాజు ఆనందించి మంత్రివర్యా వారి అంగీకారము తెలిపినారు అన్నాడు ధర్మాంగదరాజు.

మహారాజా! వెంటనే లగ్నము పెట్టి పంపుదాము అన్నాడు మంత్రి. సరే అన్నాడు రాజు. తక్షణమే భూసురోత్తములను రప్పించి, మంచి లగ్నమును చూడమన్నారు భూసురోత్తములు గుమిగూడి పంచాంగము పరికించి 'కార్తీక మాసమున శుద్ధ పంచమి గురువారము కుంభలగ్నం చిత్తా నక్షత్రమునకు మంచి ముహూర్తము వున్నది. చంద్రతారాబలం చాలా బాగున్నది. ఇది ఘన ముహూర్తం. మంచిగా వుంటుంది గాన ఈ ముహూర్తమే, నిర్ణయించుకోండి" మహారాజా అన్నారు.

సరే నారాయణశర్మగారూ! ఆ లగ్నమే ఖాయం చేసుకుందాం లగ్నపత్రిక వ్రాసి యివ్వండి ఒకటి రత్నాంగదరాజుకి ఆ భటుని చేతికివ్వండి అన్నారు.

"రాజా! ధర్మాంగదరాజు మీరు పంపిన పత్రిక చదివి, తమకు యివ్వమని ఈ పత్రిక ఇచ్చినారు" అన్నాడు భటుడు.

ఆ పత్రిక చదివి, చంద్రయ్య మంత్రి రామయ్యశర్మ గారు ధర్మాంగదరాజుగారు లగ్నపత్రిక పంపారు వినండి. కార్తీకమాసమున శుద్ధ పంచమి గురువారం కుంభలగ్నం నకు వివాహం రాత్రి 7 గం.లకు సుముహూర్తం. లగ్నపత్రిక చదివి ఆనందంతో చంద్రయ్య మంత్రివర్యా రామయ్య శర్మగారు నాకు ఏదో కంగారుగా ఉంది అన్నారు రత్నాంగరాజు.

"మహారాజా! మీరు ఆనందమైన వార్త చెప్పారు కంగారు పడకండి,పెళ్ళికార్యమంటే చాలా పెద్దపనికదా! కంగారు వస్తుంది. మేమంతా వున్నాము కదా! చూసుకుంటాము. వారు పంపిన లగ్నపత్రిక నేను కూడా ఇక్కడ పండితులతో ఒకసారి పరికించి, అన్నివిధాలా బాగుంటే మీకు వ్యవధి సరిపోతే మాకు ఆ ముహూర్తమునకు సమ్మతమే. అని పత్రిక పంపిస్తాను" అన్నారు రామయ్యశర్మ.

"మంత్రివర్యా! తక్షణమే పురము ముస్తాబు చెయ్యమని పురజనులకు దండోరా వేయించండి. తరువాత మీరంతా పెండ్లి ప్రయత్నమునకు తగిన బందోబస్తీ చేయవలెను. లగ్నము దగ్గరలో ఉంది. గనుక వేగమే పందిళ్ళు, శాలలు వేయించి చుట్టములకు వేగ శుభలేఖలు వేయిచండి. పెళ్ళికి కావలసిన అన్ని కార్యక్రమాలు జాగ్రత్తగా చూసుకోవాలి. చిన్న మంత్రి భద్రయ్య కూడా మీతోనే ఉంటాడు? ఎంత ధనం కావాలో అంతధనం ఖర్చుపెట్టండి, ధర్మాంగదరాజు బంధువర్గానికి పరివారానికి ఏవిధమైన ఇబ్బంది కలుగకూడదు" అన్నాడు రత్నాంగదరాజు. అలాగే మహారాజా! అన్ని విషయాలు నేను జాగ్రత్తగా చూసుకుంటాను, మీరు నిశ్చింతగా ఉండండి" అన్నాడు మహామంత్రి చంద్రయ్య.

తమ చేతి కత్తికి తలస్నానమాడించి, ముత్యాల బాషికం కట్టి, సింధూర తిలకమద్ది, పట్టుపంచ కట్టి, కండువా వేసి, హారాలు వేసి అద్దాల పల్లకీలో పట్టుపరుపుమీద వుంచి భేరీలు,

డమరాలు పెద్ద బూరాలు మ్రోగగా కత్తిని వారు తరలించినారు. ఈటెకట్టెలు వారు ఇరువైపుల నడువగా దొరలు, సామంతులు బిరుదు గొడుగులు బట్టగా ధర్మాంగదరాజు అద్దాల పల్లకీలోను, కత్తి ఒక పల్లకీలోనూ, మహామంత్రి ఒక పల్లకీలోను బంధువులు మీనాల్లోనూ, పల్లకిల్లోను, సొగసైన జూలుకల గుఱ్ఱాల మీద కొందరూ పెళ్ళికి బైలుదేరారు. పెద్ద పెద్ద మజలీలు చేసి వేగముగా మాణిక్యపురము చేరారు.

పెళ్ళివారు వచ్చారు మహారాజా అన్నాడు భటుడు.

"మంత్రివర్యా పెళ్ళివారికి ఎదురెళ్ళి మర్యాదతో తీసుకురండి" అన్నాడు రాజు. అలాగే మహారాజా అని మంత్రి చంద్రయ్య వెళ్ళి ధర్మాంగదరాజును, మంత్రిని చూచి వినయముతో నమస్కరించి తమరందరూ విడిది గృహమునకు "దయచేయండి" అన్నాడు.

మృదంగాలు, సన్నాయి, డోలుల శబ్దాలతో కత్తిని తీసుకుని విడిదిలోనికి వెళ్లారు. పచ్చని తోరణాలు కట్టిన పందిళ్ళలో, ఘనమైన పిండివంటలతో భోజనాలు వడ్డించి పెళ్ళివారిని పిలిచి కూర్చుండబెట్టి మరిమరి కొసరి వడ్డించారు. భోజనాలు చేసి వెళ్ళేవారు వెళుతుంటే, వచ్చేవారు వస్తున్నారు.

"సంధ్య లగ్నం కనుక ఆలస్యం చేయక తొందరగా రావలెను" అని పురోహితులు ధర్మాంగద రాజుకు, రాణీ ఊర్మిలాదేవికి, మంత్రి చెన్నప్పకీ చెప్పినారు. వారు చాలా దీపాలు, దివిటీలు వెలిగించుకుని బాణసంచా కాల్చడం మొదలుపెట్టారు. చెప్పశక్యంగాని రకరకాల బాణా సంచాను వారు కాల్చారు. బల్లకట్టు మీద మోజువాణీలు మొదలు పెట్టారు. వారకాంతలు, సకల సంబరమున శంఖాలు ఊదగా, కత్తిని తీసుకుని వచ్చారు పెళ్ళివారు ఆడ పెళ్ళివారికింటికి. అందమైన రత్నాల పెళ్లి అరుగుమీద పసిడిపీటలు వేసి, కత్తినక్కడ వుంచి, నవ హోమం చేసిరి. ఆడు పెళ్ళివారి వైపు పురోహితులు, రత్నాంగదరాజును, రాణి కోమలిని పీటల మీద కూర్చోబెట్టారు.

మేలిపసిడి బొమ్మ, లేత గులాబీ రంగు పట్టుచీరతో, సర్వాభరణములు అలంకరించుకుని కాళ్ళకు పారాణీతో, నుదుట కళ్యాణబొట్టుతో, బాషికం కట్టుకుని కొబ్బరిబొండం పట్టుకుని ముత్తయిదువలు చేయిపట్టుకొనగా, సిగ్గుతో తలదించుకుని నడిచి వస్తున్న సుందరి అందం చూచి పెళ్ళిపందిరిలోని వారందరూ ఒక్కక్షణం మౌనంగా ఉండిపోయారు. పురోహితులు తేరుకుని మంత్రాలు మొదలు పెట్టారు. సుందరిని తల్లిప్రక్క పీట మీద కూర్చోపెట్టారు.

ఆడపెళ్లివారి వైపు వృద్ధ పురోహితునిచే మాంగల్యధారణ చేయించారు. కత్తికి తాకించి ముత్యాల తలంబ్రాలు వేయించారు. సుందరి చేత, కత్తికి వేయించారు. భేరీ, మృదంగాలు మారుమ్రోగగా పెళ్ళి వైభవంగా జరిగింది.

మరునాడు ఉదయమే ముఖ్యమైనవారు ఉండి పెళ్ళివారందరూ పయనమై వెళ్ళారు. ఆ మరునాడు ఊర్మిలాదేవి, ధర్మాంగదరాజు కత్తితో సుందరిని తీసుకుని కనకాపురమునకు వెళ్ళినారు.

మెరుపుతీగలాగ పల్లకి దిగిన పెళ్ళికూతురుని చూడాలని జనం తోసుకుని చూచుచున్నారు. ఈ చిన్నబాల ఎంత సౌందర్యవతియో, త్రిలోకసుందరని పేరుకు తగ్గట్టు వుంది అనుకుంటున్నారు. ఊర్మిలాదేవి కోడలిని దీవించి లోనికి తీసుకుని వెళ్ళింది. సుందరి భక్తిశ్రద్ధలతో అత్తమామల దగ్గర మసలుకొనుచుండెను.

తన పతిని చూడాలన్న భావన మదిలో కలిగిన సుందరి ఎక్కడా కనిపించడేమిటి? అనుకుంటోంది. "పెళ్ళి ఆనవాయితీ తరువాత కనబడాలి కదా, ఎందుకు కనపడడు. కారణమేమై ఉంటుంది. పెళ్ళైన అతనికి ఇష్టంలేని పెళ్ళిచేసారని కోపంతో, నన్ను చూడటం లేదా? అలా అనుకున్నా మనిషి కనిపించాలి కదా, లేక మాటైనా వినిపించాలి కదా, తల్లిదండ్రి తోటైనా మాట్లాడినట్లు లేదు, తల్లయినా తన కొడుకు మాట తీసుకురావటం లేదు, దాసదాసీలు కూడా యువరాజు అన్న మాట తలచటం లేదు, యిది ఏమీ మాయయో, యిది ఏమి వింతయో, నేను వచ్చినది మొదలు నేటి దాకా మాటయినా వినలేదు, కళ్ళతో చూడలేదు. యిది ఏమిటో తెలుసుకోవాలి భర్తలేని కాపురమేమిటి? పెళ్ళికొడుకులేని పెళ్ళి, భర్తలేని కాపురం. ఆరోజు మంత్రి చంద్రయ్య గారు, విప్రులు వచ్చి చూచి అతని అందం వర్ణించారని, తండ్రి చెప్పారు కదా! ఏరి యువరాజు?" ఏదో మోసం జరిగిందని నిర్ణయానికి వచ్చింది.

"అమ్మా యువరాణి! అలా వున్నారేమమ్మా" అంది గిరిజ. ఒంట్లో బాగోలేదు అంది సుందరి పడుకుంటూ. ఆమె కళ్ళు కాలవల్లా ఉన్నాయి. తల్లిదండ్రులను తలచుకుని బాధపడుతోంది. వెక్కి వెక్కి ఏడుస్తోంది. "అమ్మా సుందరిదేవీ! బాధపడకండి. మీ తల్లితండ్రిని చూడాలని ఉందా? బెంగొచ్చిందా? బాధపడకండి మీరు బాధపడితే నేను చూడలేను" అని తనూ బాధపడుతోంది గిరి.

"గిరిజా నిన్ను ఒక మాట అడుగుతాను ఏమీ అనుకోక చెప్పు" అంది సుందరి. అడగండమ్మా అంది. యువరాజుని ఎప్పుడైనా చూసావా అంది. "చూడలేదమ్మా మహారాజు మందిరంలోకి నేను వెళ్ళలేదు, పెద్దరాణీగారి మందిరంలోకి వెళ్లినా రాజుగారు కనిపించారు కానీ, యువరాజు కనబడలేదు" అంది.

"అదేనే గిరిజా! నా బాధ. నేను వచ్చిన తరువాత ఒక్కసారైనా నాకు కనబడలేదు. ఎవరిని ఎలా అడగాలో తెలియటం లేదు. అందుకే బాధపడుతున్నాను" అంది సుందరి.

"బాధపడకండి నేను వెళ్ళి పెద్దరాణిగార్ని తీసుకుని వస్తాను. అప్పుడు ఆమెను అడగండి. ఆమె చెబుతుంది" అంది.

"అలా వద్దు ఉండు" అంది సుందరి.

"నేను చిన్నరాణీగారు అన్నం తినలేదు, వంట్లో బాగోలేదుట, బాధపడుతున్నారని చెబుతాను అంది" గిరిజా వెడుతూ.

"మహారాణీ! చిన్నరాణీ అన్నం తినలేదు. బాధపడుతున్నారు" అంది గిరిజ.

"ఏం ఎందుకని అంది" మహారాణి.

"వంట్లో బాగోలేదటమ్మా" అంది గిరిజ.

ఆమెలో భయం మొదలయ్యింది. యిప్పుడేం చేయాలి అనుకుంటోంది మహారాణి ఊర్మిలాదేవి.

సుందరి మెల్లగా అత్తగారి దగ్గరకు వచ్చింది. సుందరిని చూసిన మహారాణి లోపల భయపడుచూ "అమ్మా సుందరీ! వంట్లో బాగోలేదా?" అంది.

"అత్తయ్యా నా మాట ఆలకించి ఉన్న విషయాన్ని చెప్పండి, నేను వచ్చినది మొదలు నేటి పర్యంతం నా విభుని కనలేదు. తల్లిదండ్రులు మీరు, ఆయనను ఎప్పుడూ తలచలేదు. దాసదాసీలు కూడా తలచలేదు. పరదేశానికైన పంపించి వున్నారా? ఏమయ్యాడో నాధుడెక్కడున్నాడో అని నాకు బాధకలుగుతోంది. ఉన్నదున్నట్లు నాకు చెపుతారని మీ దగ్గరకు వచ్చాను అంది" సుందరి.

ఊర్మిలాదేవి ఏమీ మాట్లాడలేదు. చెబితే ఏమవుతుందో చెప్పకపోతే " ఏమవుతుందో అని ఆలోచిస్తోంది.

"అత్తయ్యగారు మీరు యిప్పుడు చెప్పకపోతే ప్రాణేసునికై ప్రాణాలు విడుస్తాను అనుమానం ఇకవద్దు" అంది.

ఆమె కోడలి భుజంపై వ్రాలి భోరున ఏడ్చింది. "జరిగినది చెప్పండి బాధపడకండి అంది. చెప్పకపోతే సుందరి బ్రతకదు" అని అంది. చాలా ధైర్యం తెచ్చుకుని కోడలా విను అని మళ్ళీ భోరున ఏడ్చింది.

చెప్పండి మీరు బాధపడుతుంటే నాకు భయం వేస్తోంది చెప్పండి అంది.

"నా పూర్వపుణ్యమున, నా భాగ్యఫలమున విశ్వంలో లేని వింత కలిగింది. నా గర్భవాసమున నాగరాజు బుట్టెను. పుట్టగానే మంత్రి పుడమిలో పుత్రుడు పుట్టెనని చాటించారు. ఆరోజు నుంచి పుత్రుడు పుట్టాడని చెప్పుచున్నారు. అందువలన కత్తికి బాషికం కట్టి నిన్ను పెళ్ళి చేసి తీసుకొచ్చారు. మేము ఏమీ చేయలేని పరిస్థితిలో ఈ పెళ్ళి జరిగిందని" దాచిన పాము పెట్టె సుందరి ముందు బెట్టి ఇటు అటు కదలింపగా, ఫణిరాజు బుస్ మసి పడగెత్తి లేచెను. నాలుకలు గీటుచు సుందరి పైకి ఉరకబోతుంటే భయపడి సుందరి భూమిపై స్పృహ తప్పి పడిపోయింది. మొదలు నరికిన కదళీతరువల్లె నుంచున్న సుందరి నుంచున్నట్టే పడిపోయింది.

కొంతసేపటికి స్పృహ తెచ్చుకుని దిగ్గున లేచి, గోలపెట్టి ఏడుస్తూ, అత్తను చూచి, అక్కడున్న చెలులను చూచి గుండెపై మొత్తకొని, "అత్తయ్యగారు, ఊర్మిలాదేవివి! మీ పేరు జగతిని ప్రఖ్యాతి గాంచినది. కానీ, నీలాంటి పాపిష్టిది ఏ లోకమున లేదు. పాముకై నన్నిటకు పట్టి తెప్పించితివి. నీ దగ్గరున్నట్టి చెలులకైన కనికరము కలగలేదా? వారైనా యిది తప్పని చెప్పలేదా? యింత కఠినాత్మురాలివా తల్లి నువ్వు?

ధర్మాంగదరాజైనా వద్దనక యిలాంటి పాపిష్టి పనికి తోడ్పడినాడా? ఎందుకమ్మా యింత పాపం చేసారు? పూర్వ జన్మంబులో మీరు యిలాంటి పాపకార్యాలు ఎన్ని చేసితిరో ఆ పాప ఫలమిదియే. అది మిమ్ము వదలకను ఈ జన్మమున మీకు యిట్లు కలిగింది. నరుని గర్భమునందు పాము పుట్టడమనేది వినలేదు. పొడుపు కథలైనా వినలేదు. ఏ జాతి గర్భమున ఆ జంతువు బుట్టును గాని, యితర జంతువులు పుట్టడం యిలలోన లేదు. ఈనాడు ఈ వింత ఈచోట జరిగింది. ఎంత పాపిష్టి ఓ ఈ జగములోన ఈ వింత చూచినను ఎంత మాత్రము బుద్ధిరాలేదంటే మిమ్మల్ని ఏమందును, కత్తిని చూపించి కత్తితో నా గొంతు కోసారే, నా ఉసురు మిమ్మల్ని వదలక పద్నాలుగు జన్మల వరకు పట్టి పీడిస్తుంది.

యిది ఘోరపాపము, యిది వద్దు తగదని, పురములో ఒక్కరైన పలుకలేదా, యింత కఠినాత్ములు ఈ పుడమి ఉండగా, కనకాపురమని పేరేలనమ్మా పాపాత్ముల పురం అనిన సరిపోవును అంది" సుందరి ఆవేశంతో.

ధర్మాంగదరాజు దాదులతో ఈ వార్త తెలుసుకుని తత్తరపడి మంత్రి చెన్నప్పను కలసి అంతఃపురమునకు వచ్చి అత్తని కోడలిని చూచినారు. మామగారిని చూసిన సుందరి గుండె బాదుకొనుచు గొల్లుమని ఏడ్చింది. ధర్మాంగదరాజు కన్నీరు కారుస్తూ భార్యను ఓదార్చి కోడలిని పట్టుకుని కౌగిట చేర్చుకొని "నా తల్లి సుందరీ! బాధపడకమ్మా బాధపడకు. నా కొడుకే అనుకొంటున్నాను తల్లీ నిన్ను ఈ భూమి ఈ ప్రజలు అంతా నీవారేనమ్మా. మా పూర్వ కర్మమున నాగరాజు పుట్టేడమ్మా! నీ వలన నా కొడుకు మారతాడమ్మా, కొడుకులు లేరింక కూతుళ్ళు లేరమ్మా సర్వమూ మాకు నీవేనమ్మా" అన్నాడు ధర్మాంగదరాజు. అలా చూస్తూ బాధపడుచున్న మంత్రి చెన్నప్ప "అమ్మా చిన్నరాణీ బాధపడకండి. జరిగింది ఘోరమే. ఈ పాపాలతో నాకు తప్ప ఎవ్వరిదీ యిందులో తప్పులేదమ్మా" అన్నాడు. ఊర్మిలాదేవి ఏమీ మాట్లాడకుండా కోడలన్న మాటలన్నీ విని కన్నీరు కారుస్తూ స్తంభంలా నిలబడిపోయింది.

"మంత్రివర్యా ఎవరి తప్పు ఎంతుందో వారికే తెలియాలి. నా కర్మవలన నేను బలి అయ్యాను" అంది.

"కర్మలు తొలుగుతాయి తల్లీ విచారించకు, నీ వల్ల నా ఫణిరాజు మారతాడని నమ్మియున్నాము. శివారాధన చేయుచున్నాము. నా మాట విను. రామచంద్రుడు, హరిశ్చంద్రుడు మొదలగువారు ముందు కష్టాలు పడినా, చివరికి సుఖములు సౌఖ్యము పొందారు. వారివలనే మనకు ఆ భగవంతుడు మేలు చేయును. కర్మములు తొలుగును, కర్మవలన కలుగు మన రాజ్యసంపదలు, కర్మవలన కలుగు కష్టములు, సుఖములు, కర్మవలన కలుగు కడు రాజ్యపదవి, కర్మంబు శుభమిచ్చు, కరమంబు జయమిచ్చి, కర్మ ఎవరికైన కాంతి తప్పదుగా తల్లీ కర్మ అనుభవించాలి తప్పదు అన్నాడు" ధర్మాంగదరాజు.

"మంచి మాటలు చెప్పారు మహారాజా! నాకు మనస్సు ఊరట చెందింది. నాథుండు లేక, నవ్యభూషములెందుకు, పురుషుడు లేనట్టి భోగంబులెందుకు. అయిపోయిన దాని గురించి ఆలోచన ఎందుకు నా కర్మ యిటులుండ మీకు ఈ బుద్ధి శారదాదేవి కల్పించింది. నాకు తోచిన మాట చెప్పెదను. నాకు పతి అయినట్టి నాగరాజుతో దివ్యతీర్థాలు తిరిగి వచ్చెదను. పవిత్ర నదులలో స్నానాలు చేయించి పుణ్యక్షేత్రాలు తిరిగి వస్తాను. అంత తరువాత నా కర్మ ఎటులుంటే అదియే జరుగును. నా మనవి ఆలకించి ఆదరమున సెలవిచ్చి పంపండి" అంది సుందరి.

ఆ రాజు కొంత దుఃఖించి "కోడలా నీవు వెడతాను అంటే నేను ఏమి చేయుదును, మమ్ము విడచి వెళ్ళుట మర్యాద కాదు, పైగా అడవులు, కొండలు, నదులు, అతి దుర్గమమైన అడవులు. మగ సహాయం లేక ఒక్కదానవు ఎలా వెళ్ళగలవు" అన్నాడు రాజు. "ధర్మాంగదరాజా నన్ను మళ్ళించే ప్రయత్నం చేయకండి. కొడుకు లేకుండా కోడలు యింట నున్న అనేక మాటలు వస్తాయి. పతిలేని యిటువంటి సతిని చూచినవారు వేరు చూపులు చూస్తారు, జీవితేసుడు లేక జీవించినన్నాళ్లు మీ యింట నేను ఎలా వుండగలను. అపకీర్తి మీకేల? ఆ నింద నాకేల? పోయి వచ్చెదను. పుణ్యభూములు తిరిగి పుణ్యనదులను మునిగి నా భర్తతో వస్తాను. అన్న ఆశతో వెడుతున్నాను. సూర్యచంద్రులు నాకు తోడుగా, అండదండగా నావిభుండైనట్టి నాగరాజుండగా నాకింక భయమేల" ననుచు వెంటనే లేచి నలుదిశలు చూసి అత్తమామలకు నమస్కరించి పెట్టె దగ్గరకు వచ్చి చేతులు జోడించి మూడుసార్లు తిరిగి తలవంచి నమస్కరించి పెట్టెను గుండెకద్దుకుని నెత్తిమీద పెట్టుకొని "అత్తమామలారా! మంత్రి పుంగవులారా! తోటి వనితలారా! మీరంతా సెలవివ్వండి" అని వెళ్ళిపోతున్న సుందరిని చూచి వాళ్ళంతా కన్నీరు కారుస్తున్నారు.

సుందరి అలా వెడుతుంటే, సీతారాములు కలసి అడవికి వెళ్ళారు కానీ యిలా ఒక్కతే వెళ్ళడం వినలేదు చూడలేదు అనుకొనుచు బాధపడుచున్నారు. సుందరి పట్టణం దాటి ఒక మర్రి చెట్టుకింద పెట్టెను దించి తన తోటి వచ్చిన చెలులను చూసి "చెలులారా నాకు సకల భూషణాలు, రుద్రాక్షపేరులు తెండి, సుందరమైనట్టి అంబరాలు యిక ఏలా, కాషాయ వస్త్రాలు తెండి. ఈ అగరు గంధాలు నాకెందుకమ్మా, విభూది తెచ్చి పూయండి" అంది.

కన్నీరు కారుస్తూ వెళ్ళి అన్నీ తెచ్చారు. ఆమెకు కాషాయ వస్త్రాలు కట్టారు. ఆమె మెడ నిండా విభూది రాసుకుని, నుదుట విభూది రాసుకుని రుద్రాక్షలు పేరు మెడలో వేసుకుని, చుట్టకుదురు నెత్తిమీద గట్టిగా కట్టుకుని సూర్యచంద్రులకు గగన భూదేవులకు మ్రొక్కి, తల్లిదండ్రులను తలచుకుని మ్రొక్కి, గిరిజా, కళా ఇంక సెలవు అనగానే వారు భోరున ఏడుస్తున్నారు. వారికేసి చూసి అక్కడ నుంచి వెళ్ళిపోయింది. సింహాచలం వెళ్ళి, సింహాద్రి అప్పన్నకు మొక్కి, సుందరి అతివేగంగా ఉప్పాక వేగంగా చేరి, వేంకటేశ్వరుని వేడుకతో మ్రొక్కి, ఒంటిమిట్ట చేరి శ్రీరాముని దర్శించి, వేడుకుని, అచ్చట నుండి వెడలి ద్రాక్షారామం చేరి భీమేశ్వరునికి మ్రొక్కి వేడుకొన్నది. పంచారామాలు

తిరుగుతూ కోటిపల్లి చేరి సోమేశ్వరుని దర్శించి, ముక్తేశ్వరం చేరి లక్ష్మీనరసింహస్వామిని సేవించి, ధవళేశ్వరం చేరి సాంబమూర్తికి చాలా దండములు చేసి, రాజమహేంద్రవరం వెడలి, కోటిలింగాల రేవులో స్నానం చేసి, కొవ్వూరు గోవు పాదాల రేవులో స్నానం చేసి, ఆ తరువాత దక్షిణాన ఉన్న వెంకటాద్రిని సేవించి, తదుపరి భద్రాద్రికి వెళ్ళి గోదావరిలో స్నానము చేసి, రాముని గుడి చేరి, గుడిచుట్టూ ప్రదక్షిణములు చేసి "శ్రీరామ జయరామ సీతాపతిరామ నన్ను రక్షించు. పదునాల్గు భువనములు పాలించే తండ్రీ, పతి దానమిప్పించి రక్షించవయ్యా" అని భద్రాద్రి రాముణ్ణి వేడుకొని, కొండలు, అడవులు దాటి ఆ తరువాత నైమిశారణ్యము చాలా శ్రమపడి చేరుకుంది. దైవఘటన చేత, చాలా మంది మునులు ఆమెకు కనిపించారు. మాండవ్య, కౌండవ్య, కపిలుడు, వశిష్ట, ఆత్రేయ వాల్మీకి జమదగ్ని మొదలైన మునులను సుందరి దర్శించుకుని పాము పెట్టెను దించి వారి పాదముపై బడి దండ ప్రణామంబులు చేసి, మునులారా, ఘనులారా, ముల్లోక పండితుల్లార నా మొర యంత వినరయ్యా! అని ప్రార్థించింది.

పరమ పావనులారా! పతిదాన మిప్పించి, కరుణతో చూడండని మొరపెట్టుకొంది.

"ఎవరమ్మా నీవు? ఏమిటీ పెట్టీ? పతిదానమివ్వమంటున్నావేమిటి?అన్నారు" ఒక ముని. నా పతి అయినట్టి ఈ నాగరాజును మీరు ఒకసారి చూడండయ్యా! అని పాము పెట్టె మూత తీసి మునుల దగ్గర పెట్టింది. పెట్టగానే పాము పడగెత్తి మునుల దగ్గరకు వెళ్ళింది. వింతగాను, ఫణిరాజును చూసి మునులంతా ఆశ్చర్యము పొందారు,

ఈ నాగరాజుతో చాలా తీర్థయాత్రలు, దివ్యతిరుపతులు తిరిగినాను తండ్రీ! ఎచటికి వెళ్ళిన ఏ గంగ యందు మునిగినా, నా కర్మ నన్ను వదలలేదయ్యా! అని దీనతతో పలుకగా...

మునులు కరుణించి ముదితతో యిటులనిరి, "దివ్య తిరుపతులు తిరిగితినంటివి వాటి పేర్లు మాకు చెప్పుము. ఘన పవిత్రతవు నీవు గనుక నీ నోటను వాటి పేర్లుం వినగా మాకు కోటి పుణ్యములు మాకబ్బును" అనిరి.

"వినరయ్యా మునులారా! ఘన చిత్తము తోడ, భువిలోన నేను తిరిగిన పుణ్యభూములను. ఆకాశ గంగయు, పాపనాశనము, పంపా సరోవరము, నేత్ర పతియు, వేదవతి హేమతి, గాయిత్రి, కాంచన, కపిలవారాహి, తామ్రపర్ణయు సింధూ తమరుంధతి చేరి, గోముఖ వారాహి గరుడాద్రి, కాళింది నదులలో మునిగాను. దయ కలగలేదు.

ఇప్పుడు మీరు కనికరించకపోతే ఫణిరాజుతో కూడి ప్రాణాలు విడిచెదను" అని కన్నీరు కారుస్తూ దీనంగా పలికింది.

అంతట మునులు ఓ బాలా దివ్యదృష్టితో మేము విషయమంతా చూచితిమి. నీ పతి గురించి నీకు చెప్పెదము వినము.

పూర్వజన్మమునందు పుడమికి రాజితడు, ఏడు దీవులు తాను ఏక చక్రమ్ముగా ఎదురులేక ఏలుచుండెను. కొంతకాలమునకు నితడు కావరంబున, బ్రాహ్మణుల భూముల పండనియ్యక, తాను అతుకబడి వారిని ఇబ్బందులు పెట్టి, అగ్రహారంబులు తాను హతంబుగావించెను. వారిని చాలా బాధలు పెట్టెను. పాపఫలమున బ్రాహ్మణ శాపంబులు వలన పాము రూపము కలిగెను. రమణీ! నీవలన రాజు అగును. ఇతడు, మీ మామగారైన ధర్మాంగదరాజు, గత జన్మలో చేసిన విషయం విను.

ఒక వూరులో వూరువాందరూ కలిసి శివాలయము కట్టించుకొని, శివలింగము ప్రతిష్టించుకొన్నారు. వారికి ఇంక ధనము లేదు. గుడికి ఇంకా ఖర్చు పెట్టవలసిన ఉంది. శివారాధనకు కావలసిన సామాగ్రికి శివుని అలంకారం కోసం ఒక హారం, వీటి నిమిత్తము వారు పొరుగు ఊరులు తిరిగి ధనవంతులను, సహాయం చేయమని అడుగుచున్నారు. అలా తన దగ్గరకు వచ్చిన బ్రాహ్మణులను, పెద్దలను, చూసి వారికి ధనసహాయం చేయకపోగా, శివుని మెడలో అలంకారానికి హారాలెందుకు, నాలుగుపాము లెయ్యండి అన్నారు. వారు చిన్నబుచ్చుకొని వెళుతూ ధనం ఇవ్వకపోయినా ఫర్వాలేదు, శివుని పరిహాసం చేయకండి అని వెళ్ళిపోయారు. ఆ పాపం వలన ఆయన కడుపున ఈతడు పామై బుట్టాడు. యితడు మళ్ళీ రాజవుతాడు. మీరు దంపతులుగా సుఖముగా వర్థిల్లగలరు. పుత్రులు, పౌత్రులును పొంది ధనధాన్యములతో, ధరణివాసం చేసి, అల అరుంధతివలె ఐదవతనము కలిగి, ఘన పతివ్రతవు నీవు కనుక సుఖింతువు. మా దీవెనలు నీకు తప్పక ఉండును. దివ్యతీర్థంబులెల్ల తిరిగితివి. పడమటకు తిన్నగా నువ్వు నడువుము. దారిలో కనిపించిన ఆలయాలు దర్శించి, పడమట బుధిదరిని బ్రహ్మగుండము కలదు. పాము పెట్టితో నీవు భయపడక స్నానంబు చేసెదవేని, ఓ ఇంతి! ఈ పాము నరనాదుడవును. నీ పతితో కూడి నీ నగరానికి, శీఘ్రముగా వెడలెదవు అని మునులంతా పలుకగా వారికి పడిపడి నమస్కారాలు చేసి మునుల వద్ద సెలవు తీసుకుని పాము పెట్టె నెత్తుకొని సుందరి కడు వేగముగా నడచెను.

అల్లంత దూరాన కనిపిస్తున్న గంగను చూసి, వేగముగా నడచి బ్రహ్మగుండం దగ్గరకు చేరి పాము పెట్టె దించి, గంగలో దిగి దోసిళ్ళతో నీరు తీసుకుని దాహము తీర్చుకుని మునులు చెప్పినట్లు పాము పెట్టె నెత్తిన పెట్టుకొని గట్టిగా పట్టుకుని మూడుసార్లు మునిగింది. పెట్టి పడిపోతుందేమోనన్న భయముతో స్నానం చేసే సరికి గుండె దడ వచ్చింది. పాము పెట్టె ప్రక్కన పెట్టి గట్టున కూర్చుంది. ఆశ నిరాశల మధ్య వణుకు పుడుతోంది. ఈ నాగరాజు నరుడు అవుతాడా? ఆశతో చూస్తోంది.

"అమ్మా గంగమ్మ! తల్లీ నాకు పతిభిక్ష పెట్టు, మహామునులు చెప్పారు, ఇక్కడ స్నానం చేయమని ఎంతో ఆశతో వచ్చి స్నానం చేసాను. తల్లీ కరుణించు, నా నాగరాజుని నరనాదునిగా మార్చు" అని ఆశతో మెల్లగా పెట్టె తీసి చూసింది. పాము మారలేదు. ఆ పామును చూసి నీరసంచి పెట్టి మూత పెట్టి, నాలుగు సముద్రాల మధ్యనున్నట్టి దివ్యతీర్థములెల్ల తిరిగి వచ్చి వచ్చితిని, సకల దైవాలను విధివిధానముగా వేడుకొంటివి, ఒక్క దేవుడైనా కరుణించి రక్షించలేదే దిక్కులేని పక్షిలా

అయిపోయానే ఇక ఏ క్షేత్రాలు తిరుగలేను. ఈ గంగలో పడి యింక ప్రాణాలు విడుస్తాను అని పెట్టి తీసి...

"ఓ నాగేంద్ర గుణధామా! నీ వాళ్ళ నుంచి నిన్ను తీసుకుని వచ్చాను. తీర్థాలు తిప్పాను, పుణ్యనదులలో స్నానాలు చేయించాను. నా ఆశలు ఫలించలేదు. ఇక నేను పోతే నిన్ను ఎవరైనా చూచి పామని పట్టి చంపెదరేమో! దిక్కు మాలిన చావు దేవుడు ఎటు వ్రాసెను. పూర్వజన్మలో చేసిన పాపము వలన నీకిలా వచ్చింది. రత్నాంగదరాజింట జన్మించి, అల్లారు ముద్దుగా పెరిగిన నాకు, ఇంత కష్టం వచ్చునని తెలియలేదు. బ్రహ్మరాసిన వ్రాత ఎవ్వరికీ తెలియదు. యింక దుఃఖింపపనిలేదని దిగ్గున లేచి నాలుగు దిక్కులకు చూసి పెట్టి మూత తీసి, నాధుడైనట్టి నాగరాజుని తీసి పుడమిపైన పెట్టి ఘోల్లుమని ఏడ్వసాగింది.

హరిహర బ్రహ్మదులారా! ఈ నాగరాజును కరుణించండి, ముక్కోటి దేవతల్లారా ఫణిరాజుని కరుణించండి, సూర్యచంద్రులారా ప్రాణనాథుని కరుణించండి. తల్లిదండ్రి దగ్గరున్న వానిని తెచ్చితిని. దిక్కులేని వానికి దేముడే దిక్కని నమ్మి, మీరే ఈ నాగరాజుని కరుణించి తల్లి దగ్గరకు చేర్చండి. నా ప్రాణనాథ ఓ నాగేంద్ర సెలవు, ఇంక సెలవు అని ఆకాశానికి, భూదేవికి దణ్ణం పెట్టి తల్లిదండ్రిని తలచుకుని పాదములు జోడించి పడిపోవు సమయాన ఆకాశం నుండి పెళపెళమని ధ్వనులు వినిపించాయి. "అటులనే ఆగు, త్వరపడకు సుందరీ, త్వరపడకు ఆగు" అన్న మాట ఆకాశం నుండి వాణి పలికింది.

ఈ గంగ మహాత్మ్యము చెబుతాను. విను, స్త్రీని చంపినట్టి చెడ్డపాపమైనా, బ్రాహ్మణుని చంపి నట్టి గొప్ప పాపమైనా గోవున ద్రుంచినట్టి ఘోరపాపమైన బాలికను చంపినట్టి బలుపాపమైన పగతో పొరిగిళ్ళు తగులబెట్టినట్టి ఘోరపాపంబైన కాలిపోవునమ్మా, ఎలాంటి పాపమైనా యీ గంగ స్నానమున అది బాసిపోవునమ్మా! పావనమైనట్టి బ్రహ్మగుండంబు యిది. గనుక సుందరీ నీ నాగరాజుని యిపుడు కంఠమున దాల్చి, ముమ్మారు స్నానమాడితే నాగరాజు నరనదుడవును" అని ఆకాశవాణి పలుకగా, సుందరి ఆశ్చర్యము నొంది చేతులు జోడించి వేగముగా ఫణిరాజును బట్టి కంఠమున దాల్చి గంగకు మ్రొక్కి ముమ్మారుపాముతో మునిగి దిక్కులను చూచింది. ఏదో వెలుగులా కనిపిస్తోంది.

తన ఎదుట ఫణిరాజు, నాధుడై నిలచెను. సుందరి ఒడ్డున కూర్చొని చూస్తోంది. దినకరుని లాంటి తేజముతో, అర్ధచంద్రుని లాంటి నుదురు, నల్లకలువల్లాంటి కళ్ళు, శ్రీకారంలాంటి చెవులు, ఇంద్రచాపము బోలు కనుబొమలు, తిలపుష్పము రీతి ముక్కు అద్దాల వంటి చెక్కిళ్ళు, మన్మధుని వంటి నరనాదుని చూసి కళ్ళు తిరుగుచుండగా కళ్ళు మూసుకుని కూర్చుంది. తరువాత తేరుకుని "సలలిత సధర్మ గుణజాలస ధర్మశీలుడా! కలిగితి యిప్పుడూ కరుణాలవాలా! నిన్ను నమ్మితిని, నేను నాకు యిల్లాలును, నా పుణ్యఫలమును నాకు కలిగితివి. నన్ను రక్షించుము, నరనాదతనయుడా నా విన్నపము ఆలికించవయ్యా" అని పలికింది సుందరి.

రాజసుతుడు "ఓబాలా! నీవెవరు? నీ పేరేమిటి, నీ వూరేమిటి, నీకు నేను పతినని వెర్రిమాటలు ఏమిటి" అన్నాడు ఆ రాజు.

"ఓ రాజా వినండి. కాశ్మీర పుణ్యదేశమును పాలించెడి ధర్మాంగదరాజు, ఆ రాజు పత్ని ఊర్మిలాదేవి దంతులకు పామువై పుట్టితివి. కొన్ని దినములు గడిచాక మాయకల్పన చేసి మంత్రివర్యుడు, చాలా దేశాలు తిరిగి మాణిక్య పట్టణంబున మండలాధీశుడైన రత్నాంగద రాజింట కొచ్చి ఆ రాజుకు కూతురునైన నన్ను చూచి మా తండ్రిని ఒప్పించి, కత్తికి బాషికం కట్టి నన్ను పెళ్ళి చేసుకుని, తీసుకుని వెళ్ళారు. ఎన్నాళ్ళయినా భర్త కనిపించక, చేతులు జోడించి, అత్తగారిని అడిగాను. నా పతిని నాకు చూపించమని, పెట్టె మూత తీసి నాగరాజుని చూపి, నీ పతి యితడే అని చెప్పారు. బ్రహ్మరాసిన వ్రాత అనుకుని బాధపడి పెట్టె నెత్తిన పెట్టుకొని కాషాయం కట్టుకొని నాలుగు సముద్రాల మధ్యనున్న పుణ్యతీర్థములెల్ల తిరిగితిని రాజా! తిరిగి తిరిగి యిచ్చటికి ఈ వేళ వచ్చితిని. ఇక్కడ స్నానము చేయించినా, ఫలితము లేకపోయె, గంగలో పడి ప్రాణాలు విడుతునని నిర్ణయించి పడబోతుండగా ఆకాశవాణి అటులనే ఆగు నాగరాజుని మెడకు చుట్టుకొని ముమ్మారు స్నానంబు చేయమని, గంగ మహాత్మంబును చెప్పెను, అలాగున చేసినాను ఫణిరాజువైన నీవు రాజయితివి" అని తన కథను యావత్తు చెప్పింది సుందరి.

అంతా వినిన రాజు "ఏమో? స్త్రీల మాటలు నమ్మశక్యమా" అన్నాడు రాజు.

"రాజా! నా మాటలు నమ్ముట లేదా? అయ్యోయ్యో నేను ఎంత బాధపడ్డాను. నా మాట నమ్మకపోతే నేను ఏమి చేయను అని బాధతో అమ్మా! ఆకాశవాణి నన్ను కరుణించు ఈ రాజుగా మారిన ఫణిరాజు నా మాట నమ్మటం లేదు. దయతో మరొక్కసారి చెప్పు తల్లీ!" అని వేడుకొంది.

ప్రళయగర్జనలా పెళపెళమని ధ్వనులతో "ఓరాజా! విను, ఆ బాల చెప్పుమాట అంతా నిజమే. సందేహము వలదు! ఆమెను నీ అర్ధాంగిగా స్వీకరించి, దంపతులుగా, సర్వదా వర్ధిలండి. మీ పుత్రులు, పౌత్రులు, భువిని వర్ధిల్లుతారు" అని ఆకాశవాణి దీవించి పలికింది. ఆకాశవాణికి నమస్కరించి ఆ రాజు సుందరి చెప్పినదంతయు నమ్మి, ఆనందము పొంది, సుందరి చేయి పట్టుకొని ఈ గంగలో మళ్ళీ స్నానం చేద్దాంరా అన్నాడు. ఎంతో ఆనందంతో ఆ రాజు చేయి పట్టుకుని ఇద్దరు సరిగంగ స్నానాలు చేసారు.

తరువాత తన తండ్రి దగ్గరకు బయలుదేరి మాణిక్యపురమునకు, నడచి వెళ్ళారు. సుందరి పతితో నడచి, వెడుతుంటే పురజనులు చూచి, మన రాజకుమార్తె సుందరియే. ఎందుచేత యిలాగు భర్తతో కలసి కాలినడకన వస్తోంది అనుకొనుచున్నారు. ఆ మాట విని రాజు చాలా చింతించి ఆశ్చర్యము పొంది, మంత్రులను గూడి రాజు భటులతో కలసి నడిచి వస్తున్న కూతురును, అల్లుని చూచి కూతురుని కౌగిట చేర్చుకుని కన్నీరు పెట్టుకొని, అల్లుని కూతురుని తన కోటలోనికి తీసుకొని వెళ్ళి యతివలు ఉండే అంతఃపురములోనికి వెళ్ళారు. కోమలి దేవి కూతురును చూచి దీనురాలిలా

కనబడుచున్న సుందరిని కౌగలించుకుని ఏడ్చింది. తల్లిని పట్టుకుని సుందరి ఏడ్చింది. సుందరిని చూచి అక్కడున్న కాంతలు అందరూ ఏడ్చారు.

రత్నాంగదరాజు అందరినీ ఊరడించి కూతురిని ప్రక్కన కూర్చో బెట్టుకుని "అమ్మా సుందరి! మీ దంపతులు యిరువురు జతగూడి ఒంటరిగా కాలినడకను రావలసిన కారణమేమి" అని అడిగాడు రత్నాంగదరాజు. "అత్తమామలు కోపంతో పొమ్మన్నారా? ఇలా దీనంగా ఉన్నవేంటి తల్లీ" అంది తల్లి కోమలదేవి. ఏమి జరిగిందో మావద్ద దాచక చెప్పు తల్లీ అన్నాడు రాజు. సుందరి లేచి తల్లిదండ్రులకు నమస్కరించి తల్లిదండ్రులారా చెప్పెదను వినండి.

"చిత్రకథ అంతా. మంత్రి పుంగవుడు, మాయమాటలు చెప్పి కత్తికి బాషికం కట్టి పెళ్ళిచేసి, నన్ను తీసుకుని వెళ్ళారు. వెళ్ళినది మొదలు వారింట అత్తమామలు దగ్గర అతి భక్తిగా వున్నాను. అలా రోజులు గడుస్తున్నాయి. కానీ నా భర్తను నేను చూడలేదు. సిగ్గు విడచి అత్తగారిని అడిగాను. మామగారు వచ్చారు. పతిని చూడకపోతే ప్రాణాలు విడుస్తాను. నా పతిని నాకు చూపించండి అన్నాను ధైర్యంతో. అలా అనిన వెంటనే అత్తగారు మూలనున్న పెట్టె తీసి, కోడలా చూడు అని పెట్టి మూత తీసి పాముని చూపించి, నీ పతి వీడెనమ్మా అంది. ఆ పాముని చూడగానే నాకు ఏమీ తెలియడం లేదు.

నా పూర్వకర్మమున నా గర్భమునందు నాగరాజు పుట్టెనమ్మా అని ఏడ్చింది. అది చూడగానే నేను ఆ బ్రహ్మదేవుని తలచుకుని ఏడ్చాను. పాము పెట్టె నెత్తుకొని పట్టణం వదలి, నాలుగు సముద్రముల మధ్య ఉన్నట్టి పుణ్యక్షేత్రాలన్నీ తిరిగితిని తండ్రీ. తిరిగి తిరిగి నేను విసిగి వేసారి బ్రహ్మగుండములో పడి చావబోవగా, ఆకాశవాణి ఆగు నిలబడు పాముని మెడకు చుట్టుకొని మూడుసార్లు స్నానము చేయమని ఫణిరాజు నరనాదుడుతాడని చెప్పింది. నేను అటులనే స్నానంబు చేయగా, తక్షణమే సర్పము నరనాదుడై నిలచెను. నా భాగ్యమనుకొని అపుడు ఆనందించి ఆ రాజుతో కూడి నడచి వచ్చితిని తండ్రీ" అని సుందరి చెప్పగా, చిరున లేచి కోపంతో చూస్తూ, రాజసభలోకి వెళ్ళి మంత్రులను సభలోని బ్రాహ్మణులను హితులను చూచి అతి కోపముతో ఉగ్రుడై విన్నారా మీరంతా ధర్మాంగదరాజు చేసిన దారుణం వినండి.

"తన పూర్వకర్మమున తన పత్ని గర్భమున సర్పము జన్మించిందట. జగములో లేని వింత జరిగినదని తెలియగానే మంత్రి పుత్రుడని పుడమిలో చాటించేసాడుట. అలా మాయ కల్పించి మనలను నమ్మించి, మన సుందరిని పెళ్ళి చేసారు. వెళ్ళిన తరువాత భర్త జాడ అడిగితే, పామును చూపించారట. ఆ పాముని పట్టుకొని అన్ని పుణ్యక్షేత్రాలు తిరిగి తిరిగి బాల తిరగలేక పడమటంబుధితరిని బ్రహ్మగుండంబులో పడి చావబోవగా, ఆకాశవాణి పామును మెడకు చుట్టుకొని స్నానం చేయమని పలికినదిట. అలాగు చేసిన తక్షణమే యా పాము మనిషి అయినాడుట. ఆ యువకుని కూడి ఆనందంతో నడచి, మన ఇంటికి వచ్చినది. ఈ మహిమ విన్నారా! ఈ అన్యాయం కన్నారా! ఆ రాజు ఆ మంత్రీ మాయలేమిటో వేగంగా మనము వెళ్ళి చూడాలి.

చతురంగ బలముతో, అతివేగముగా పోయి, ధర్మాంగదరాజుండె కనకాపురం మీద దండెత్తవలెను. మంత్రిని చంపేసి, సైన్యంతో యుద్ధం చేసి, రాజుని బంధించి మాయలన్నీ అడిగేసి, బంధించి తీసుకుని రావలెను. దోషమనకుండా సాటి రాజుల కెల్ల తెలిసివచ్చేలాగ బంధిఖానాలో వుంచవలెను. ఆ రాజు బలమెంతో చూడవలెనని" చాలా కోపంతో పలికెను రత్నాంగదరాజు.

సభలోని మంత్రులు, బ్రాహ్మణులు, రాజభటులు తక్షణమే వెళ్ళి రాజును బంధించి తేవాలి ఎంత మోసం చేసాడు ఆ రాజు, ఆ మంత్రి అన్నాడు ఆవేశంగా. మహామంత్రి చంద్రయ్య అందరూ ఆమాటే అన్నారు. చంద్రయ్య మంత్రీ మీరు సైన్యాన్ని సిద్ధం చేసి ప్రయాణానికి ఏర్పాటు చేయండి.

కాశ్మీర దేశము జేరి కనకాపురదరిని, వీలుగా డేరాలు వేయించాడు రత్నాంగదుడు. పట్టు డేరాలలో పరమ రహస్యముగా అల్లుని, కూతురుని అందులో ఉంచాడు. కనకాపురం చుట్టూ తన భటులను కాపలా పెట్టాడు. ఒక జాబురాసి ధర్మాంగదరాజుకు పంపాడు.

ఆ జాబును తీసుకున్న ధర్మాంగదరాజు చదువుకొంటున్నాడు.

"ధర్మాంగదరాజుకు పదివేల దణ్ణములు మేము ఇపుడు తమ దర్శనమునకు వచ్చిన కారణము, చాలా కాలమైంది మా సుందరి మీ ఇంటికి వచ్చి. మేము యిపుడు అల్లుని కూతురుని జూడవలెనని భ్రాంతి కలగడంతో వచ్చినారము. మీరు కొడుకును, కోడలును తీసుకుని మా దగ్గరకు వేంచేసి, మమ్మిటుల మన్నించి, మాకు సెలవిప్పించమని కోరుతున్నాము. జాగుచేయక తమరు మా చిన్న సుందరిని మా దగ్గరకు పంపవలెను. ఆలస్యము వద్దు. అమృతము విషమవును" ఇట్లు రత్నాంగరాజు.

ఆ జాబు చదువుకొనిన ధర్మాంగదరాజు గుండె జల్లు మనగా కూర్చుండబడెను. ఏమీ తోచక మంత్రి చెన్నప్పను రప్పించి జాబును చూపెను. రాజు, మంత్రి ఆలోచన చేయుచుండగా రణభూమిలో రణభేరీ వేయించాడు. రత్నాంగదరాజు మంత్రి చెన్నప్ప ఏమీ పలకకుండా ఉండిపోయెను. రత్నాంగదరాజు విడిదికి వెళ్ళి నేను విన్నవించెదను అన్నీ దాచకుండా చెప్పెదను అన్ని ధర్మాంగదరాజు రత్నాంగదరాజు దగ్గరకు వెళ్ళాడు.

రత్నాంగదరాజు, ధర్మాంగదరాజును చూచి చేయి పట్టుకొని తనతో వచ్చిన వారందరకూ చూపించి మా వియ్యంకుడు గారు అని చెప్పి, కూర్చోండి అని ఆసనం చూపించి మధురపానీయాలు తెప్పించి యిచ్చాడు. దేశ భోగట్టా అన్నీ అడిగి చాలా మాటలాడిన తరువాత "మీ కుమారుని మీతో యిచ్చటకు తీసుకునిరాని కారణము ఏమి, రాజాధిరాజ? మీ నగరి యందు మా సుందరి మీ ఆజ్ఞతో మసలు కొనుచున్నదా? అత్తమామల చెంత భక్తితో వుంటోందా?" అని ఏమీ ఎరగనటులు ధర్మాంగదరాజుని అడిగెను.

అతని మాటలకు ధర్మాంగదరాజు చాలా కన్నీరు పెట్టుకొని, రత్నాంగదుని హస్తములు పట్టుకొని “మా నేరాలు మన్నిస్తే నేను అంతా విన్నవిస్తాను నా యందు దయుంచి నా మాట విను” అన్నాడు.

“చెప్పండి. ధర్మాంగదరాజా” అన్నాడు. తన తోటి వచ్చిన వారంతా కూడ చూస్తున్నారు.

అపుడు ధర్మాంగదరాజు చెప్పుచున్నాడు. “నా పూర్వ పుణ్యమున నాతి గర్భమున నాగరాజు బుట్టెను ఆ మాట వినగానే, ఆ మాట పుడమిలో వారు వింటే పరువు పోతుందని చులకనగా చూస్తారని భయపడి పుత్రుడు పుట్టాడని చాటించాడు మా మంత్రి. అలాగే బాధపడుచు పామును పెంచుచున్నాము.

ఒకప్పుడు ఒక పండితుడు మాకు సంతానాన్ని కలుగుతుందని, కొన్ని చిక్కు సమస్యలు వచ్చినా, మీ వంశం నిలబడుతుందని చెప్పినారు.

మీ సుందరి జాతకం చూసిన పండితులు, చాలా చక్కని జాతకం ఐదవతనము బాగుంది. సంతాన యోగం బాగా ఉందని చెబితే, మీ సుందరిని కత్తికి బాషికం కట్టి పెళ్ళిచేసాము. మిమ్మల్ని మాయ చేయాలన్నది మాకు లేదు కానీ, మా పరిస్థితి అది. మీ సుందరి మా యింట్లో మా బిడ్డలా వుంది. తన భర్తని చూడాలని భ్రమపుట్టి, అత్తనడిగింది. విధిలేక ఊర్మిలాదేవి ఆ నాగరాజుని చూపించి, యితడే నీ భర్త అని చెప్పినది. ఆ పాముచూచిన సుందరి చాలా దుఃఖించి మమ్ములను దిట్టి, మా మాట వినక, పాము పెట్టె నెత్తుకుని, భూమిలో నున్నట్టి దివ్య తిరుపతులెల్ల తిరుగుతాననెను. ఆ మాటకు మేమంతా దుఃఖించ వద్దమ్మా అన్నాము. సుందరి వినక ఫణిరాజుతో కూడి సాహసమున సాగిపోయాను. మావద్ద చాలా తప్పులు ఉన్నాయి. కనుక ఏమీ అనలేక పోయాము, ఆమె చెప్పినది, నేను దివ్య తీర్థాలు తిరిగి పుణ్యనదులలో స్నానాలు చేయించి, నా నాధుడైన ఫణిరాజుని, నరనాధునిగా మారినాక, కలసి వస్తాను అని వెడలింది. కోడలటు వెళ్ళిందని, ఘోర దుఃఖము చేత, మాలో మేము తలచుకొని కుంగిపోతున్నాము. ఈ మాట భువిలోన ఎవరు విన్నను కాని, ఆ నిందవచ్చునని హడలు చుంటిమి. నిద్రహారము లేక, దుఃఖించుచున్నాము. చావో, బ్రతుకో తెలియక బ్రతుకుచున్నాము. రాజసమును విడచి రత్నాంగరాజుతో వినయంబుగా నిటుల విన్నవించెను” ధర్మాంగదరాజు అలా పలుకగా, రత్నాంగరాజు! రాజసముగా “ధర్మాంగదరాజునని ధరణిలో ప్రఖ్యాతి. అది తెలిసి మా సుందరిని మీకిచ్చితిని. అల్లారు ముద్దుగా పెంచుకున్నాను. నా చిన్న బాలను మీరు అడవులకు పంపితిరి. మీ వంటి మానవులు భూమి మీద వున్నారా? పాముకి మనిషికి పరిణయము చేయుట విశ్వములో ఎక్కడా వినలేదు. ఈ ఘోర కృత్యం పురజనులు ఒప్పుదురా. మీ రాజ్యంలోనే యిలా జరిగింది.. మీ మహామంత్రిని, వేగముగా యిక్కడకు రప్పించండి. అతని మాయలేమిటో చూడవలెను మేము. అంతమాయ చేసిన మంత్రిని బరిమార్చి ఆపైన మీ మాట ఆలకించెదము” అని రత్నాంగదుడు అతి కోపముతో పలకగా, ధర్మాంగదరాజు

చాలా బాధపడుచూ, రత్నాంగదరాజు చేతులు పట్టుకుని "కాచి రక్షించు, నా నేరములు, జనులు చేసిన తప్పు రాజుదే అవుతుంది. మంత్రి తప్పుకాదు, అది మా తప్పే" అన్నాడు.

రత్నాంగరాజు "ఈ ఘోరకృత్యుంబు సామంతరాజు లెల్ల వినవలెను" అన్నాడు. భటులను పంపించి, అవనిలో గల యట్టి రాజాధిపతుల నెల్లరపించినపుడు, బంధువులు, పండితులు, భూమీసులు, సామంతరాజులు వచ్చి సభ తీర్చిరి.

అపుడు రత్నాంగదుడు సభ వారినందరినీ చాలాపరికించి "సభ వారు వినండి నా మాట. ధర్మాంగదుడు చేయు దారుణం అంతా వినండి" అని రత్నాంగదుడు మొదటి నుంచీ మంత్రి పుంగవుడు చేయు మాయ అంతా చెప్పి, ధర్మాంగదుడు చేయు తప్పంత నెరింగి, త్రిలోక సుందరి పామును తీసుకుని ఎక్కడికో వెళ్ళింది నా గారాల పట్టి ఎంత బాధపడుతుందో అని చెప్పగా, సభలోని వారు విని ఒకరితో ఒకరు, యిది చాలా ఘోరకృత్యము, యిలాంటివి ఎవ్వరూ చేయరు అనుకొనుచున్నారు.

అంతట రత్నాంగదుడు అచ్చట దాదులను పిలిచి అల్లుని కూతురుని తీసుకుని రమ్మన్నాడు. సభ మధ్యన కూర్చొపెట్టి నా కూతురా! సుందరీ! నువ్వు పడ్డ ఘోరకృత్యంబంతా ఎరిగించు సభ వారికి అన్నాడు.

సుందరి యిపుడు మామగారికి మొక్కి సభ వారినే చూచి, "పెళ్ళయిన తరువాత కనకాపురము వెళ్ళితిని, అక్కడ పామును చూచి పతి అని తెలిసి బాధపడి పామును తీసుకుని పుణ్యక్షేత్రాలు తిరిగితిని, నా నాధునితో గూడి నైమిశారణ్యము వెడలితిని. మునులకు పామును చూపి ప్రణమిల్లితిని, వారు దివ్య దృష్టిని చూచి, వారు బ్రహ్మ గుండములో స్నానము చేయమనగా, అలా చేసితిని. అయినా ఫణిరాజు మారలేదు. బ్రతకలేననుకొని చావబోతుంటే ఆకాశవాణి అటులనే ఆగు, అటులనే ఆగు శేషుని మెడకు చుట్టుకొని మూడుసార్లు మునుగు అని పలికింది. అలా చేయగా, సర్పంభు రాజయను ఫణిరాజు వలె నుండును. నాధుని కంఠంబు, నాలుకలు రెండువుండును నా నాధునికిపుడు' అని సుందరి చెప్పగా వారందరూ ' ఆశ్చర్యపడి, ఆమె మాటలు నమ్మినారు. ఆమెపడిన శ్రమను విని జాలినొందారు. ధర్మాంగదరాజు అంత తలవూపి, పరికించి, "కోడలా నువ్వు దేశదేశములెల్ల వెదకి మనసుకొచ్చిన రాజును నీవు కోరుకొని ఆ రాజుతో గూడి యిటకు వచ్చితివి. నీ మాటలు నిజము కాదు కదమ్మా. గగనవాణి అచ్చట ఘనముగా పలికెనని చెప్పితివి. అక్కడ వున్న గగనంబు యిచ్చట లేదా! యిందరికి తెలియగా యిటు పల్కరాదా. వట్టి మాటలు ఎందుకు నీవు చెప్పుచున్నావు. నమ్మజాలనమ్మా" అన్నాడు ధర్మాంగదరాజు.

దోషమనకుండా అలా దూషణములు చేసెను. మామగారు యిలా పలకగా కోపముతో చేతులు జోడించి, అతి పవిత్రనయితే ఆకాశవాణి అపుడు పలికిన మాట యిపుడు పలుకమ్మా అంది. లేకపోతే మామ నమ్మడమ్మా అని ప్రార్థించింది. త్రిలోకసుందరి ఇలాగ ప్రార్థించగా ఆకాశవాణి

కరుణించి, "మేఘాలు గర్జించుచున్నయా అన్నట్టు పెళపెళమని ఘనమైన ధ్వని తోడ టక్కున పలికె. "సభవారు మీరిపుడు సతిని నిందించారు. పాపం మీ కొచ్చును ఫణతి శపిస్తే అతి పవిత్ర బాల, అందరును మన్నించి పెళ్ళి చేయండి ప్రఖ్యాతిగాను, చిత్రముగ ఈ రాజు సృష్టిలో పుట్టెను. గనుక చిత్రాంగుడను పేరు చెప్పి కోవలెను" అని యిటుల గగనమున అశరీరవాణి పలుకగా పంచభూతాలు భళభళి యను చున్నాయి. దేవేంద్ర, దేవతలు దీవించి దివి నుండి పూలవాన కురిసింది.

అందరూ ఆశ్చర్యముతోనూ, ఆనందముతోనూ చూస్తున్నారు. ఆకాశవాణి పలికిన మాటలు విని, సభవారు సుందరి ఔన్నత్యాన్ని కొనియాడారు. ధర్మాంగదరాజు ఇపుడు తన కోడలిని చూచి కాళ్ళు గడగడ వణుకుతుండగా, "నేను దుర్భాషలాడాను. తల్లీ నా మీద కోపించకమ్మా! తల్లీ నీ మనస్సు నేను ఎరిగితిని. కానీ లోకములో వారు ఎరుగరు కదా! అందుచేత తల్లీ అందరు వినుచుండ, నీ మాటను నేను ఖండించి అడిగితిని. అడిగినందుకే యిపుడు అనుమానములు తీరిపోయాయి. అందరును యిటుపైన నీ ఘనతని చెప్పుకుంటారు. ఫణిరాజుగా పుట్టిన వానిని నరనాధునిగా చేసిన నీ ఘనతను చెప్పుకుంటారు. నీలాంటి గుణశీలి కలదా, సుందరీ! మీ భాగ్యమున మా కలిగితివి తల్లీ! రత్నాంగదరాజా! మీ బంధుత్వము వలన పుణ్యము మాకు వచ్చింది. తమ వలననే మాకు ధరణిపాలన కలిగెను. అష్టభోగము వచ్చెను. రత్నాంగదరాజా మా తప్పులు మన్నించండి, సభ వారు మమ్ములను మన్నించండి, మీరందరూ, చిత్రాంగునకు సుందరికి పెళ్ళిచేద్దాం. అక్కడే చిత్రాంగుని చేత సుందరికి తాళికట్టిద్దాము" అన్నాడు ధర్మాంగరాజు. అలాగే చేద్దాము అన్నాడు రత్నాంగుడు.

అందరి ముందు చిత్రాంగుడు సుందరికి మాంగల్యం కట్టాడు. అందరూ అక్షతలు జల్లారు. ఊర్మిలా దేవి కొడుకును, కోడలును కౌగలించుకుంది. అత్తగారు నన్ను మన్నించండి అంది సుందరి. ఆమె కాళ్ళకు యిద్దరూ దణ్ణం పెట్టారు. కోపంతో మేము అన్న మాటలు మన్నించండి బావగారూ అన్నాడు రత్నాంగదుడు. వియ్యంకులు, వియ్యపరాళ్ళూ సభాసతులు అందరూ ఆ జంటను దీవిస్తుండగా, మంత్రి చెన్నప్ప వచ్చి, రాజాధి రాజులకు, సభాసతులకు, ధర్మాంగదరాజు మంత్రి చెన్నప్ప అనేక ప్రణామాలు చేయుచున్నాడు.

"మీరందరూ నన్ను మన్నించండి. ధర్మాంగదరాజునకు, శేషుడు పుట్టాడని విని, భయపడి, బాధపడి, ఆ బాధతో అది తెలిస్తే వచ్చే అవమానాలు ఊహించి, ధర్మాంగదరాజు నాకు రాజు కాదు తండ్రి, అన్న, దేముడు. అలాంటి నా రాజుకు అవమానం వస్తుందని, ఒక్క అబద్ధం చెప్పి, పుత్రుడని చాటించాను. రహస్యంగానే ఫణిరాజును పెంచుతూ నా కొడుకును యువరాజుగా చూపించాను. చాలా దేశాల వారు పత్రికలు పంపారు. తమ కుమార్తెను వచ్చి చూడమని, కానీ ఎవరికి తెలియకుండా ఫణిరాజు జాతకమును యిచ్చి జ్యోతిష్శాస్త్ర పండితులను పంపగా, గొప్ప ఐదవతనము, సంతాన భాగ్యము గల మీ సుందరిని చేయమన్నారు. అలాంటి మాటలు చెప్పి కత్తిని

తెచ్చి పెళ్ళిచేసాను. యిదంతా నా తప్పు. కనుక నన్ను ఏమి చేస్తారో మీ యిష్టం" అని తలవంచుకుని నిలబడ్డాడు మంత్రి.

చెన్నప్పా నువ్వు చేసింది తప్పే. రాజు పరువు ప్రతిష్ఠలు ఆలోచించి చేసావు కనుక ఇప్పుడు ఇంతమంది లోకి వచ్చి నీ తప్పులు ఒప్పుకున్నావు కనుక మేమందరమూ నిన్ను క్షమిస్తున్నాము. కానీ రత్నాంగదరాజుని వేడుకో అన్నారు.

మంత్రి చెన్నప్ప రత్నాంగదరాజు దగ్గరకు వెళ్ళి కాళ్ళు పట్టబోతుంటే, రాజు "వద్దు చెన్నప్పా! జరిగినదేదో జరిగి పోయింది. నువ్వు సుందరిని చిత్రాంగరాజుని దీవించు" అన్నాడు. అందరూ ఆనందించారు. "చెన్నప్పా! బాధపడో, భయపడో పుత్రుడని చెప్పావు. అందరికీ, నీ మాట నిజమయ్యింది. ఇదిగో యువరాజు, ఈ రాజ్యాన్ని ఈరాజుని, నీకు అప్పగిస్తున్నాను. నేను ఊర్మిలాదేవి, సుందరి తిరిగొచ్చిన దివ్యక్షేత్రాలు తిరిగివస్తామని అనుకున్నాం" అన్నాడు.

"తండ్రీ ఇప్పుడే మిమ్ములను చూసాను. ఇప్పుడే మీరు వెళ్ళవద్దు, తరువాత వెడుదురు గాని" అన్నాడు చిత్రాంగరాజు. ధర్మాంగదరాజు కొడుకుని ఆలింగనం చేసుకుని ఆనంద భాష్పాలు రాలుస్తున్నాడు. అక్కడున్న పండితులు, అందరినీ ఉద్దేశించి యిప్పుడు త్రిలోకసుందరినీ, చిత్రాంగదరాజునీ ఆశీర్వాదించాలి. అందరూ అక్షతలు తీసుకోండన్నారు. ధనధాన్యపుత్ర పౌత్రులతో సుఖముగా జీవించండని ఆ పండితులు ఆశీర్వదించారు. అందరూ అక్షతలు జల్లారు.

గాంధారి

తూర్పున సూర్యుడు ఉదయిస్తున్నాడు. ఆ బాలభానుని కాంతి కిరణాల వెలుగుకు ప్రకృతి పులకిస్తోందా అన్నట్లు చెట్టు మీద నుంచి మంచు బిందువులు కరిగి నేలమీద వ్రాలుతున్నాయి.

గాంగేయుడు సూర్యునికి నమస్కరించి "ప్రభూ! సూర్యనారాయణా! ఈ రాజ్యపాలనలో నేను ధర్మం తప్పకుండా నడుచుకునేలా దీవించు ప్రభూ!" అని వేడుకున్నాడు. దృతరాష్ట్ర, పాండు, విదురులు జన్మించిన తరువాత హస్తినాపురం శోభ ఇనుమడించింది. కురువంశోద్ధారకులైన ముగ్గురూ దినదిన ప్రవర్ధమానమగుచున్నారు. సకాలానికి వర్షాలు పడుతున్నాయి. పశుపక్షి మృగాదులు ఉల్లాసంగా జీవిస్తున్నాయి. పండితులు సన్మానాలు పొందుచున్నారు. ప్రజలు పాపకృత్యాలకు దూరంగా ఉన్నారు. పరస్పర అనురాగాలతో ఆనందంగా జీవిస్తున్నారు. భూమి తృణపూర్ణంగా ఉంది. గోవులు పుష్కలంగా క్షీరాన్ని ఇస్తున్నాయి. కళాకారులు వినూత్న ప్రయోగాలు చేస్తూ సుఖజీవనం గడుపుతున్నారు. యజ్ఞ దాన తపస్సులతో సమాజం అభ్యుదయం వైపు వేగంగా సాగిపోతుంది.

ముగ్గురు కుమారులకు ఉపనయనాది సంస్కారాలు భీష్ముడు ఎంతో వైభవంగా చేయించాడు. ప్రజలందరూ ఆ కార్యక్రమంలో ఉత్సవ స్ఫూర్తితో పాల్గొన్నారు.

యౌవన వంతులైన ఆ ముగ్గురూ విద్యలను అభ్యసిస్తున్నారు. ధనుర్విద్య, ఖడ్గ చాలనం, అశ్వారోహణం, గజారోహణం, వేదాధ్యయనం మొదలైన విద్యలలో ఆరితేరారు. ఇదంతా భీష్ముని శిక్షణలోనే జరిగింది.

దేహ బలంతో దృతరాష్ట్రుడు అసమానుడై శోభించాడు. ధనుర్విద్యలో పాండురాజు ప్రముఖుడయ్యాడు. ఆత్మజ్ఞానంలో విదురుడు లోకపూజితుడయ్యాడు. ఈ ముగ్గురిలో ఎవరో ఒకరు సింహాసనాన్ని అధిరోహించవలసిన సమయం ఆసన్నమైంది. దృతరాష్ట్రుడు అంధుడు కనుక అర్హుడు కాడు. విదురుడు దాసీపుత్రుడు కావడంచేత అనర్హుడయ్యాడు. ఇక పాండురాజు ఒక్కడే మిగిలాడు. సత్యవతి ఆజ్ఞానసారం పాండురాజును ప్రభువును చేస్తాడు భీష్ముడు. పాండురాజు కురుసామ్రాజ్య సింహాసనాన్ని అధిష్టించాడు.

ఒకనాడు భీష్ముడు! గుణవంతుడైన విదురుని పిలిచి "నాయనా! మీరు ముగ్గురు పెద్దవారయ్యారు. కళ్యాణాలకు కాలం సమీపించింది. గాంధారరాజు సుబలునికి కుమార్తె ఉన్నట్లు

తెలిసింది. అలాగే యదువంశంలో శూరశేనునికి పృథ అని పేరుగల కుమార్తె వుందని, ఆమె కుంతిభోజుని ఇంట పెరుగుచున్నదని తెలిసింది. వీరితో మనకు గతంలో సంబంధాలు ఉన్నాయి. వియ్యానికి వీరు మనకు అనుకూలురు. నీ అభిప్రాయం చెప్పు" అని అడిగాడు భీష్ముడు.

"మహాత్మా! మాకు మీరే తండ్రి, మీరే గురువు, మీ సంకల్పమే మాకు సదా హితకరం. మీ అభిమతాన్నే సాగించండి" అన్నాడు విదురుడు.

భీష్ముడు తన సామంతరాజైన గాంధార మహారాజు సుబలుని వద్దకు స్వయంగా వెళ్ళి ఆయనతో ఇలా అన్నాడు. "నా తమ్ముడి కొడుక్కి మీ అమ్మాయిని ఇచ్చి వివాహం చెయ్యండి".

అత్యంత ప్రబలమైన కురుసామ్రాజ్యానికి అధిపతి అయిన భీష్ముడు స్వయంగా వచ్చి పిల్లని అడగడం సుబలుడికి ఎంతగానో ఆనందం కలిగించింది. అయితే సుబలునికి తెలియని విషయం ఏమంటే భీష్ముడు పిల్లని అడిగింది పాండురాజుకోసం కాదని, దృతరాష్ట్రుడు కోసం అని అసలు విషయం తెలియకపోవడంతో సుబలుడు ఈ సంబంధానికి అంగీకరించాడు.

గాంధారి తమ్ముడైన శకుని కూడా ఈ వివాహం గురించి చాలా సంతోషించాడు. కౌరవ చక్రవర్తులతో వివాహ సంబంధం శకునికి చాలా ఆనందం కలిగించింది.

తన సోదరి గాంధారి కౌరవ వంశానికి చెందిన పాండురాజును వివాహం చేసుకోబోతున్నదని శకుని అనుకున్నాడు. గాంధారి, సుబలుడు కూడా అలాగే అనుకున్నారు. వివాహ సమయం దగ్గర పడ్డప్పుడు అసలు విషయం బయట పడింది! 'గాంధారిని అడిగింది పాండురాజుకోసం కాదని, దృతరాష్ట్రుడు కోసమని' గ్రుడ్డివాడైన దృతరాష్ట్రునికి అద్భుత సౌందర్యవతి, జ్ఞానవంతురాలు, గుణవంతురాలు అయిన గాంధారిని ఇవ్వడానికి వీల్లేదని శకుని పట్టుపట్టాడు. ఈ పరిస్థితుల్లో గాంధారి తన తండ్రి వద్దకు వచ్చి ఆయనతో ఇలా అన్నది...

'ఓ తండ్రీ! భీష్ముడు అంతటివాడు మన ఇంటికి వచ్చి వాళ్ళ అబ్బాయికి నన్ను అడగడం ఒక అదృష్టం! ఆ అబ్బాయి పాండురాజా! లేక దృతరాష్ట్రుడా! అన్న విషయం ముఖ్యంకాదు. ఏది ఏమైనా నన్ను దృతరాష్ట్రుడికి ఇవ్వాలని కొద్దిసేపటి క్రితం భీష్ముడు మీతో అన్న మాట నేను విన్నాను. ఆ క్షణం నుండి నేను దృతరాష్ట్రుడునే భర్తగా అనుకోవడం ప్రారంభించాను. ఇక ఆలోచించవలసిన పనిలేదు. నేను దృతరాష్ట్రుని సంతోషంగా వివాహం చేసుకుంటాను' అంది నిర్ణయంగా గాంధారి.

దృతరాష్ట్రుడు అంధుడని, గాంధారరాజు సుబలుడు విచారించినా, వంశ గౌరవాన్ని దృష్టిలో పెట్టుకుని తన కుమార్తె గాంధారిని దృతరాష్ట్రుడుకి ఇవ్వడానికి అంగీకరించాడు. ఇంకా కొద్ది సేపట్లో పెళ్ళి జరుగబోతుంది అనగా చెలికత్తెలు గాంధారిని పెళ్ళికూతురుగా అలంకరిస్తున్నారు.

'ఆహా! దేవుడు ఎంత నిర్దయుడు, చక్కటి ఈ గాంధారిని గ్రుడ్డివాడైన దృతరాష్ట్రుడితో పెళ్ళికాబోతున్నది. అరుదైన అందచందాలు గల గాంధారిని చూడడానికి దృతరాష్ట్రునికి కళ్ళులేవు'

అనుకొంటున్నారు మెల్లగా. చెలికత్తెలు మాటలు విన్న గాంధారి ఎంతో విచారించింది. వెంటనే ఆమె తన చీరచెంగును చించి అందులో ఒక ముక్కన తీసుకుని తన కళ్ళకు గంతలు కట్టుకున్నది. అంతలో గాంధారి తల్లి అక్కడకు వచ్చి ఈ దృశ్యాన్ని చూసింది! " అయ్యో! తల్లీ! ఏమిటీ నీ కళ్ళకు గంతలు కట్టుకున్నావు" అన్నది. అప్పుడు గాంధారి గంభీరమైన స్వరంతో ఇలా అన్నది. 'తల్లీ! నా భర్త పుట్టు గుడ్డివాడు. ఆయన ఈ ప్రపంచాన్ని చూడలేడు. కాసేపట్లో ఆయన నా భర్త అవుతాడు. ఆయన చూడలేనిది ఏదీ నాకు కనపడకూడదు. ఆయనకు లేని చూపు నాకు మాత్రం ఎందుకు? అందుకే ఈ క్షణం నుండి నేను కళ్ళకు గంతలు కట్టుకుని స్వచ్ఛందంగా అంధురాలిని అవుతాను. అదే నేను పాటించబోయే ప్రతివ్రతా ధర్మం' అంది గాంధారి. గాంధారి మాటలు విన్న ఆమె తల్లి మరియు చెలికత్తెలు కన్నీరు పెడుతూ నిర్ఘాంతపోయి చూస్తున్నారు. అంతేకాదు గాంధారి ఎంత మదురమైన మనస్సు కలిగినదో కదా ! అని ఆనందపడ్డారు.

మానవుని సర్వేంద్రియాలలో ప్రముఖమైనది, ప్రధానమైనదీ నేత్రము. ఎంత ప్రదానమైనది కాకపోతే పరమేశ్వరుని ప్రసాదాన్ని కళ్ళకద్దుకొంటాము! భవ్యంగా సౌందర్యాన్ని వీక్షించేవీ, దివ్యంగా భావాలను వ్యక్తం చేసేవీ, భారంగా కన్నీళ్ళను కురిపించేవి, పరవశించి, ఆనంద భాష్పాలను రాల్చేవి నేత్రాలే కదా! అలాంటి నేత్రాలు లేకపోతే బ్రతుకే అంధకార బంధురం అవుతుంది.

చీకటిలో నిద్రించే వారు, మేలుకొని వెలుగుచూస్తారు. కానీ అంధులు నిద్రలో చీకటిని మరిచిపోయి మేలుకొని చీకట్లను చూస్తారు. రాత్రింబవళ్ళకు తేడా తెలియని గ్రుడ్డి బ్రతుకు ఎవరికైనా జీవించినంతకాలం గడ్డు సమస్యయే. అలాంటి జీవితం దృతరాష్ట్రుడుని ప్రారబ్ధ ఫలంగా మిగిలింది. కానీ గాంధారి తానే ప్రయత్నించి గ్రుడ్డిగా మారింది.

తన భర్త గ్రుడ్డివాడు, కుటుంబ జీవనంలో ఎప్పుడైనా, ఎలాగైనా కొద్దిపాటి ఆవేశాలు, వైషమ్యాలు చోటుచేసుకోకపోవు. అలాంటి సమయాలలో ఎప్పుడో ఒకప్పుడు భర్తతో నాకు కళ్ళున్నాయని దోషపూరిత వచనం పలకవలసి వస్తుందేమోనని ముందే ఊహించి, పతిసేవలో నిర్ధోషంగా, నిష్కంటకంగా జీవించాలనే ధార్మిక స్పూరితో తన చూపును తానే నివారించుకుంది. గాంధార రాజకుమారుడైన శకుని తన సోదరి గాంధారిని వెంట బెట్టుకుని హస్తినాపురానికి వచ్చి భీష్మని సారధ్యంలో వివాహాన్ని అత్యంత వైభవంగా జరిపించాడు.

వివాహానికి ముందు గాంధారి దృతరాష్ట్రుని చూడలేదు. వివాహం అయిన తరువాత చూసే అవకాశం లేదు. ఎందుకంటే వివాహానికి కొద్ది సేపటి ముందే తన కళ్ళకు గంతలు కట్టుకుంది. తన భర్త ఎలా ఉంటాడో తెలుసుకోవాలన్న కోరిక గాంధారికి కలిగింది. దాంతో ఆమె చెలికత్తెలను పిలిచి దృతరాష్ట్రుడు ఎలా ఉన్నాడో చెప్పమని అడిగింది. అప్పుడు చెలికత్తెలు దృతరాష్ట్రుని రూపం గురించి ఇలా చెప్పారు.

"యువరాణీ! నీ భర్త పాలవంటి స్వచ్ఛమైన తెల్లటి రంగులో వున్నాడు. కొండల వంటి భుజాలను బలిష్టంగా ఉన్న కందరాలను కలిగి వున్నాడు. అతనికి పొడవైన మరియు కొనతేలిన ముక్కువున్నది. పెద్ద పెద్ద పాదాలు ఉన్నాయి" ఈ విధంగా దృతరాష్ట్రుని యొక్క రూపం ఏ విధంగా ఉంటుందో గాంధారి తెలుసుకొన్నది. తరువాత ఆ నవదంపతులకు 'శోభనరాత్రి ఏర్పాటుచేసారు. మల్లెలు పరచిన తల్పం మీద కూర్చుని వున్న దృతరాష్ట్రుని పక్కకు వెళ్ళి ఆయన దగ్గరగా కూర్చున్నది. ఆమె మేని నుండి వస్తున్న సువాసనలు దృతరాష్ట్రునికి ఆనందాన్ని కలిగిస్తున్నాయి. దృతరాష్ట్రుడు ఆనందంతో మరియు గద్గదమైన స్వరంతో గాంధారితో ఇలా అన్నాడు.

'దేవీ! నీవు అపురూపమైన సౌందర్యవతివని నా పినతండ్రి భీష్ముడు చెప్పాడు. పుట్టుగుడ్డివాణ్ణి అయిన నన్ను ఎలాంటి సంకోచం లేకుండా వివాహం చేసుకుని నాకో అందమైన తోడుగా నిలవడానికి వచ్చిన నీకు ఏమిచ్చి నీ రుణం తీర్చుకోగలను? నేను గుడ్డివాడిని అని, నాకు ప్రపంచం కనబడదని బాధపడిన నీవు నీ కళ్ళకు కూడా గంతలు కట్టుకొన్నావని ఎవరో చెప్పారు. ఎందుకు అంత త్యాగానికి పాల్పడ్డావు?'

గాంధారి తన మృదువైన చేతిని దృతరాష్ట్రుని నోటిమీద వుంచి మధురమైన స్వరంతో ఇలా అన్నది. 'ఓ ప్రభూ! మీరు గుడ్డివారని నేను ఎన్నడూ అనుకోను. మీ మనోనేత్రం ఎంత గొప్పదో నాకు తెలుసు. మనమిద్దరం మనోనేత్రాలతో ఒకరినొకరు చూసుకుందాం. ఈ ప్రపంచాన్ని చూద్దాం' అంది గాంధారి. దేవీ! గాంధారీ! అని ఆమె చేతిని గుండెకత్తుకొన్నాడు దృతరాష్ట్రుడు.

సదాచార సంపన్నురాలు, దైవభక్తి పరాయణురాలు, గురువృద్ధ జనసేవలో సంతృప్తిచెందే గాంధారి రాజవంశీయుల అభిమానాన్ని, పరుల గౌరవాన్ని అతితక్కువ కాలంలోనే పొందింది. మహాపతివ్రతయైన గాంధారి పురుష నామాన్ని కూడా ఉచ్చరించకుండా జీవితాన్ని సాగించింది. అలా ఒకరినొకరు అర్థం చేసుకుంటూ దాంపత్య జీవనం గడుపుతూ భర్త మాటను జవదాటక నీడలా అతని వెంటే వుంటోంది.

పాండవులూ, దుర్యోధనాదులు, పెరిగి పెద్దయి పరస్పర విరోధాలతో వుంటూ తన కుమారులు పాండవులను ధర్మంగా చూడడం లేదని తెలిసినా ఏమీ చెయ్యలేక ఆ దృతరాష్ట్రుడు, గాంధారీ ఊరుకున్నారు.

పాండవులూ, కుంతీ చాలా ఇక్కట్లు పడినా ఎవ్వరినీ ఏమీ అనక వుండిపోయారు. ఆఖరుకి కురుక్షేత్ర సంగ్రామంలో సమస్త కౌరవులు, భీష్మ, ద్రోణ, కర్ణలాంటి మహాయోధులతో సహా అందరూ నశించిపోయిన తరువాత కురుక్షేత్ర యుద్ధం ముగిసింది.

హస్తినాపురంలో తన భవనంలో దృతరాష్ట్రుడు, గాంధారీ నివశిస్తున్నారు. తన పెదతండ్రి అయిన దృతరాష్ట్రుని, పెదతల్లి గాంధారిని ఎంతో ఆదరంగా చూస్తున్నాడు ధర్మరాజు.

పాండు కుమారులను, ద్రౌపదిని తనకుమారులు ఎన్ని రకాలుగా కష్టాలు పెట్టారో, పరాభవించారో గుర్తుతెచ్చుకుని దృతరాష్ట్రుడు పశ్చాత్తాపంతో కుమిలిపోతున్నాడు.

ఒక పక్క కుమారులందరూ చనిపోయారన్న బాధ, ఇంకోపక్క తన కుమారులను హతం చేసిన పాండవుల మీద ఆధారపడవలసి వచ్చినదే అన్న వేదన దృతరాష్ట్ర, గాంధారుల్ని తీవ్రమైన బాధకు గురిచేసింది. ఫలితంగా ఆ దంపతులు ఇద్దరూ తక్కువ ఆహారం తీసుకుంటూ నేలమీద జింక చర్మాన్ని పరచి వాటిమీద నిద్రించడం ప్రారంభించారు.

ఇంకా ఇక్కడే వుండి అనుక్షణం బాధపడే కన్నా అరణ్యాలకు వెళ్ళిపోయి తమ చరమ జీవితాన్ని గడపాలని దృతరాష్ట్ర దంపతులు నిర్ణయించుకున్నారు. తమ నిర్ణయాన్ని ధర్మరాజుకు తెలిపారు.

అదే సమయంలో పాండవ మాత అయిన కుంతీదేవి అక్కడకు వచ్చి దృతరాష్ట్ర దంపతులు వానప్రస్థ జీవితాన్ని గడపడానికి అడవులకు వెళ్ళబోతున్నారని తెలుసుకున్నది. ఆపై ఆమె కూడా వాళ్ళ వెంట అరణ్యాలకు వెళ్ళిపోదామని నిర్ణయించుకుంది. అయితే తమను వదిలిపెట్టి కుంతీదేవి వెళ్ళడానికి ఆమె కుమారులైన పాండవులు ఎంత మాత్రం అంగీకరించలేదు. కానీ ఆమె మాత్రం అరణ్యాలలోకి వెళ్ళిపోవడానికి నిశ్చయించుకుంది.

ఒకరోజు ఉదయం దృతరాష్ట్ర దంపతులు అరణ్యాల్లోకి బయలుదేరారు. వారి వెంట కౌరవుల మంత్రి విదురుడు, దృతరాష్ట్ర సలహాదారుడు సంజయుడు, మరియు పాండవుల మాత కుంతీదేవి బయలుదేరారు. పాండవులు సమస్త హస్తినాపుర ప్రజలతో కలసి దృతరాష్ట్ర దంపతులకు కన్నీళ్ళతో వీడ్కోలు పలికారు. అడవులలోకి వెళ్ళిన తరువాత దృతరాష్ట్రుడు, గాంధారీ, కుంతి మరియు సంజయుడు తీవ్రమైన తపస్సు ప్రారంభించారు. వారు ఒకరోజున గంగానదిలో స్నానం చేసి తమ ఆశ్రమానికి తిరిగి వస్తున్న సమయంలో అడవిలో కార్చిచ్చు చెలరేగి ఆ మంటలలో వారందరూ చిక్కుకుపోయారు. జీవితంలో ఎన్నో అనుభవాలను, కష్టసుఖాలను అనుభవించి సర్వసంగ పరిత్యాగులుగా మారిన ఆ వృద్ధులు తమని దహించి వేయడానికి ముందుకు దూకుతున్న ఆ అగ్నిజ్వాలల నుండి తప్పించుకోవడానికి ఎలాంటి ప్రయత్నమూ చేయకుండా భగవంతుని స్మరిస్తూ వున్నారు. మంటలు వచ్చేస్తున్నాయి. దృతరాష్ట్రుడు గాంధారీ, గాంధారీ అంటూ ఆమె చెయ్యిపట్టుకున్నాడు. ఆయన చేతులు పట్టుకొంటూ "ప్రభూ! భగవంతుని స్మరించండి" అంది గాంధారి!!

KASTURI VIJAYAM

00-91 95150 54998

KASTURIVIJAYAM@GMAIL.COM

SUPPORTS

- PUBLISH YOUR BOOK AS YOUR OWN PUBLISHER.

- PAPERBACK & E-BOOK SELF-PUBLISHING

- SUPPORT PRINT ON-DEMAND.

- YOUR PRINTED BOOKS AVAILABLE AROUND THE WORLD.

- EASY TO MANAGE YOUR BOOK'S LOGISTICS AND TRACK YOUR REPORTING.

www.ingramcontent.com/pod-product-compliance
Lightning Source LLC
LaVergne TN
LVHW032334220825
819400LV00041B/1366
* 9 7 8 8 1 9 6 2 2 9 1 2 2 *